ഗ്രീൻ ബുക്സ്

ഡോയ്ഷ്ലാൻഡ്

മായ എസ്.

1974ൽ തൃശ്ശൂർ ജില്ലയിൽ ജനനം.
കോട്ടയം മഹാത്മാഗാന്ധി സർവകലാശാലയിലെ
സാമൂഹ്യശാസ്ത്ര വിഭാഗത്തിൽനിന്നും
'കുടുംബവും ലിംഗപദവിയും: മനുസ്മൃതിയുടെ
വിമർശനപഠനം' എന്ന പ്രബന്ധത്തിൽ ഗവേഷണബിരുദം.
ജർമ്മനിയിലെ ഫ്രെയിബുർഗ് യൂണിവേഴ്സിറ്റിയിൽ
നിന്ന് ജർമ്മനിയിലെ ഇന്ത്യൻ പ്രവാസികളുടെ
'മാറുന്ന അവബോധങ്ങൾ: സംസ്കാരവും
ലിംഗപദവിയും' എന്ന ഗവേഷണപ്രബന്ധത്തിലും
ഡോക്ടറേറ്റ് ലഭിക്കുകയും അത് പുസ്തകമായി
പ്രസിദ്ധീകരിക്കുകയും ചെയ്തു.
'മധ്യവേനലവധിക്ക്' (2011) എന്ന നോവലും
'ഇഹപരജ്ഞാനം' (2010) എന്ന കവിതാസമാഹാരവും
'യുക്തിവാദവും സ്ത്രീപക്ഷവാദവും' (2008),
'ദാമ്പത്യേതര സഹജീവിതം' (2022) എന്നീ
ലേഖനസമാഹാരങ്ങളും പ്രസിദ്ധീകരിക്കപ്പെട്ടിട്ടുണ്ട്.
ഇപ്പോൾ തൃശ്ശൂർ കേരളവർമ കോളേജിലെ തത്ത്വചിന്താ
വിഭാഗത്തിൽ വകുപ്പദ്ധ്യക്ഷയായി അദ്ധ്യാപനം.
ഇ-മെയിൽ: philomaya01@gmail.com

നോവൽ

ഡോയ്ഷ്‌ലാൻഡ്

മായ എസ്.

ഗ്രീൻബുക്സ്

green books private limited
gb building, civil lane road, ayyanthole,
thrissur- 680 003, kerala, ph: +91 487-2381066, 2381039
website: www.greenbooksindia.com
e-mail: info@greenbooksindia.com

branches:
thrissur 0487-2422515
thiruvananthapuram 0471-2335301
calicut 0495 4854662

malayalam
deutschland
novel
by
maya s.

published may 2023

cover design : aswathy hariharan

printed in india
manipal technologies ltd

isbn : 978-93-95878-90-6

₹ 150.00
GBPL/1294/2023

മുഖക്കുറി

ഒരു വിദേശ സർവ്വകലാശാലയിൽ ഉന്നത വിദ്യാഭ്യാസ ത്തിനായി പോകുന്ന പെൺകുട്ടിയുടെ അനുഭവങ്ങൾ മിഴിവാർന്ന ഭാഷയിൽ ചടുലമായ സംഭവപരമ്പര കളിലൂടെ അവതരിപ്പിക്കുന്ന നോവൽ. സ്വാനുഭവങ്ങളുടെ വെളിച്ചത്തിൽ എഴുതിയ അത്യന്തം രസകരമായ ഒരു കൃതി. കേരളത്തിൽ നിന്നും ജർമ്മനിയിലേക്കുള്ള യാത്ര യിൽനിന്ന് ആരംഭിക്കുന്ന കഥ അപ്രതീക്ഷിതമായ പരി ചയപ്പെട്ട ഒരു അതിഥിയോടൊപ്പം തിരിച്ച് നാട്ടിലേക്കു പുറപ്പെടുന്ന വിമാനത്തിലെത്തി അവസാനിക്കുന്നു. ജർമ്മനിയിലെ ഒരു പ്രാന്തപ്രദേശത്തിലെ യൂണിവേഴ് സിറ്റിയും അവിടത്തെ വ്യത്യസ്തമായ ജീവിതചര്യകളും കാലാവസ്ഥാവ്യതിയാനങ്ങളും നിറഞ്ഞ ഈ നോവൽ മലയാളി വായനക്കാർക്ക് തികച്ചും നൂതനമായ ഒരു വായനാ നുഭവവുമായിരിക്കും.

എഡിറ്റർ

അവതാരിക

ജർമ്മനിയിലോട്ടു ഉപരിപഠനത്തിനായി പോയ ഒരു മലയാളി വിദ്യാർത്ഥിനിയുടെ അനുഭവങ്ങളെ പശ്ചാത്തലമാക്കി എഴുതിയിട്ടുള്ള ഒരു നീണ്ട കഥയാണ് മായ സുബ്രഹ്മണ്യത്തിന്റെ ഏറ്റവും പുതിയ കൃതിയായ 'ഡോയ്ഷ്‌ലാൻഡ്'.

ഈ അടുത്ത കാലത്ത് ഉന്നതവിദ്യാഭ്യാസത്തിന് ജർമ്മനിയിലോട്ടു പോകുന്ന മലയാളികളുടെ എണ്ണം പരശ്ശതം വർദ്ധിച്ചിട്ടുണ്ട്. അതുകൊണ്ട് തന്നെ ഈ പുസ്തകം വായനക്കാർക്കു നൽകുന്ന ജർമ്മൻ ജീവിതത്തെക്കുറിച്ചുള്ള അറിവുകളും ഉൾക്കാഴ്ചകളും വളരെ കാലികമാണെന്നു പറയാം.

ചെറുപ്പക്കാരായ മലയാളികളെ സമീപകാലത്തു ഉപരിപഠനത്തിന് ജർമ്മനിയിലോട്ട് ആകർഷിക്കുന്ന വസ്തുതകൾ പലതാണ്. ഇവിടത്തെ അംഗീകൃത സർവ്വകലാശാലകൾ നൽകുന്ന ഡിഗ്രികൾ ലോകമെങ്ങും അംഗീകരിക്കപ്പെടുന്നവയാണ്. മിക്ക സർവ്വകലാശാലകളും അദ്ധ്യയനത്തിൽ ഉയർന്ന നിലവാരം പുലർത്തുന്നതിനോടൊപ്പം വിദ്യാർത്ഥികൾക്കു ലഭിക്കുന്ന പഠനസൗകര്യങ്ങൾ മെച്ചപ്പെടുത്താൻ പ്രത്യേകം ശ്രദ്ധിക്കുന്നു. ഇതിനുപരി, പഠനത്തോടൊപ്പം ഏതാനും മണിക്കൂറുകൾ ജോലി ചെയ്യാനും ജർമ്മനിയിലെ വിദ്യാർത്ഥികൾക്കു അനുവാദമുണ്ട്. എല്ലാത്തിനുമുപരി, വിദേശ വിദ്യാർത്ഥികൾ പഠിപ്പു കഴിഞ്ഞാൽ ഉടനെ നാട്ടിലോട്ടു തിരിച്ചുപോകണമെന്ന പണ്ടുണ്ടായിരുന്ന നിയമം ജർമ്മൻ ഗവൺമെന്റ് എടുത്തു മാറ്റിയിരിക്കുന്നു. ഇന്ന് ഉപരിപഠനം കഴിഞ്ഞാൽ 18 മാസം ജർമ്മനിയിൽ താമസിച്ചു ജോലി അന്വേഷിക്കാനുള്ള

അനുവാദം വിദേശ വിദ്യാർത്ഥികൾക്കുണ്ട്. സ്ഥിരമായ ജോലി ലഭിച്ചാൽ നീണ്ടകാല താമസാനുവാദവും അവർക്കു ലഭിക്കും.

ഒരു മലയാളിവിദ്യാർത്ഥിനി ഉപരിപഠനത്തിനായി ജർമ്മനിക്കു പോകുമ്പോൾ നേരിടുന്ന ബഹുമുഖ പ്രശ്നങ്ങളെ സരസമായി ഗ്രന്ഥകാരി ഈ നീണ്ട അനുഭവകഥയിൽ കൈകാര്യം ചെയ്തിട്ടുണ്ട്. പെട്ടെന്നുള്ള കാലാവസ്ഥയിലെ മാറ്റം (ചൂടിൽനിന്ന് തണുപ്പിലേക്ക്) ആശയവിനിമയത്തിന് മലയാളത്തിനും ഇംഗ്ലീഷിനും പകരം ജർമ്മൻ ഭാഷ ഉപയോഗിക്കേണ്ടി വരുന്ന ഗതികേട്, മറ്റു വിദ്യാർത്ഥികളുമായി ബന്ധങ്ങൾ സ്ഥാപിക്കുന്നതിലും അവ ക്രമീകരിക്കുന്നതിലും ഉണ്ടായേക്കാവുന്ന ആശയക്കുഴപ്പങ്ങൾ – അങ്ങനെ പോകുന്നു നേരിടേണ്ട പ്രശ്നങ്ങളുടെ നിര. അവസാനമായി കഥാനായിക ഒരു ജർമ്മൻ വിദ്യാർത്ഥിയുമായി പ്രണയബന്ധത്തിൽ വീഴുന്നതെങ്ങനെ എന്നും വായനക്കാർക്ക് ഈ പുസ്തകത്തിൽ വായിക്കാം.

ഇന്നു ജർമ്മനിയിലെത്തുന്ന വിദേശ വിദ്യാർത്ഥികളുടെ തലപ്പത്താണ് എണ്ണത്തിൽ ഇന്ത്യൻ വിദ്യാർത്ഥികൾ. 2022ൽ 34000 ഇന്ത്യക്കാരാണ് ഉപരിപഠനത്തിനു വേണ്ടി ജർമ്മനിയിലെത്തിയത്. ഇവരിൽ നല്ലൊരു ശതമാനം മലയാളികളാണെന്നു പറയാം. പഠനം കഴിഞ്ഞാൽ ഇവരിൽ വലിയൊരു ശതമാനവും ജോലിയിൽ പ്രവേശിച്ചു ജർമ്മനിയിൽ സ്ഥിരതാമസമാക്കിയേക്കും. ഇങ്ങനെ ജർമ്മനിയിലോട്ടു കുടിയേറുന്ന മലയാളി വിദ്യാർത്ഥികൾക്ക് ഡോ. മായയുടെ 'ഡോയ്ഷ്‌ലാൻഡ്' വളരെയധികം വിലപ്പെട്ട അനുഭവസമ്പത്തും ഉൾക്കാഴ്ചകളും സമ്മാനിക്കുന്നു. അതും മുഷിപ്പില്ലാതെ വായിച്ചുപോകാവുന്ന കഥാരൂപത്തിൽ.

ജോസ് പുന്നാംപറമ്പിൽ

ഉള്ളടക്കം

സമർപ്പണം

അമ്മയ്ക്കും അന്നയ്ക്കും...

ലാൻഡിങ്

ഏപ്രിൽ ഒന്നിന് ഫ്രാങ്ക്ഫുർട്ടിൽ വന്നിറങ്ങിയതും അവൾ എന്തെന്നില്ലാത്ത ഒരു നിസ്സംഗത അനുഭവിച്ചു. ആവേശഭരിതയായി ഇന്ത്യയിൽ നിന്നും പോന്ന ആ ആളല്ല താനെന്ന് അവൾക്കു തോന്നി.

സ്ഥലത്ത് ഒൻപതു ഡിഗ്രിയാണ് താപനിലയെന്നും സമയം ഉച്ചയ്ക്ക് രണ്ടരയാണെന്നും വിമാനത്തിലെ പൈലറ്റ് പറഞ്ഞറിയിക്കുന്നതു കേട്ടു. ടി.വി സ്ക്രീനുകളിൽ എഴുതിക്കാണിച്ചതും കണ്ടിരുന്നു.

ക്യാബിൻ ക്രൂ റെഡി ഫോർ ലാൻഡിങ് എന്നൊക്കെയുള്ള പൈലറ്റിന്റെ നിർദ്ദേശം കേട്ടിട്ടും എത്രയോ നേരമായി നിലത്തെത്താൻ എന്നവൾക്കു തോന്നി.

ചെവിയിൽ തിരുകിയ ഇയർപ്ലഗ് കൊണ്ടൊന്നും ചെവിയടപ്പു തോന്നുന്ന അസ്വസ്ഥത കുറഞ്ഞില്ല. അങ്ങനെ അസ്വസ്ഥമായ കുറെ നിമിഷങ്ങൾക്കു ശേഷം വിമാനം നിലം തൊട്ടിട്ടും തലയ്ക്കു പിടിച്ച തരിപ്പ് പോലെ എന്തോ ഒന്നു തോന്നിയത് മാറുന്നുണ്ടായിരുന്നില്ല.

എങ്കിലും എല്ലാവരും എണീക്കുന്നതു കണ്ടപ്പോൾ എണീക്കുകയും തലയ്ക്കു മുകളിലുള്ള തട്ടിന്റെ വാതിൽ തുറന്നു ബാക്പാക് എടുത്തു ചുമലിലിടുകയും ചെയ്തു.

അലസമായി അഴിച്ചിട്ട മുടി കോതിയൊതുക്കിക്കൊണ്ട്, കോട്ടിന്റെ സിബ് വലിച്ചുകയറ്റി കോട്ട് ശരിയാക്കിക്കൊണ്ട്, അവൾ ഇറങ്ങാൻ അനുമതി കിട്ടാൻ കാത്തുനിൽക്കുന്ന ജനങ്ങളെ നോക്കി.

ആണെന്നോ പെണ്ണെന്നോ കറുത്തവരെന്നോ വെളുത്തവരെന്നോ ഉള്ള വ്യത്യാസമില്ലാതെ എല്ലാവരും ഒരേ കാര്യത്തിനായി വെമ്പി നിൽക്കുകയാണ് എന്നുതോന്നി.

ആറര മണിക്കൂറിനുശേഷം ഈ വിമാനത്തിൽ നിന്നിറങ്ങാനുള്ള വെമ്പൽ...

ദുബായിൽ നിന്നും കയറിയ ആളുകളിൽ പലരും പല ദേശക്കാരായിരുന്നു. ഇന്ത്യക്കാരായ അഞ്ചാറ് ആളുകളെ കണ്ടു, കയറുവാനായി വരിയിൽ നിൽക്കുന്ന സമയത്ത്.

കൂടുതലും പാശ്ചാത്യർ തന്നെ. ദുബായിലേക്ക്, അല്ലെങ്കിൽ ഏതെങ്കിലും മിഡിൽ ഈസ്റ്റ് രാജ്യങ്ങളിലേക്കോ സൗത്ത് ഏഷ്യൻ രാജ്യങ്ങളിലേക്കോ ഉള്ള യാത്ര കഴിഞ്ഞു മടങ്ങുന്നവരാകാം ഇവരൊക്കെ എന്നവൾ ഊഹിച്ചു.

ഇന്ത്യയിലേക്കു തന്നെ എത്രയോ യൂറോപ്യൻ രാജ്യക്കാർ യാത്ര ചെയ്യുന്നു. അങ്ങനെയുള്ളവരുമാകാം. ഇവിടെയിറങ്ങി മറ്റേതെങ്കിലും യൂറോപ്യൻ രാജ്യങ്ങളിലേക്ക് വിമാനം മാറിക്കയറാനുള്ളവരാകാം. അല്ലെങ്കിൽ ജർമ്മൻകാരു തന്നെയാകാം.

പാശ്ചാത്യരൂപമല്ലാത്തവരായി ചില ചൈനക്കാരും ഉണ്ട്.

പുറത്ത് ചെറിയ മഴക്കാറുള്ളപോലെ തോന്നി. വിമാനത്തിൽ നിന്നിറങ്ങിയപ്പോൾ മഴച്ചാറലും ഇരുണ്ട ആകാശവും...

വസന്തകാലത്തിന്റെ വരവേൽപ് ഇങ്ങനെയാണോ എന്ന് അവൾ അത്ഭുതം കൂറി.

തിരുവനന്തപുരത്തുനിന്നും ദുബായിൽനിന്നും അനുഭവിച്ച ചൂട് ഇനിയടുത്തകാലത്തൊന്നും അനുഭവിക്കാൻ സാധിക്കില്ല. കാലാവസ്ഥയുടെ തണുപ്പൻ മട്ട് മനസ്സിനെയും ബാധിക്കുന്നതുപോലെ അവൾക്കു തോന്നി.

ഇമിഗ്രേഷൻ ക്യൂ അത്ര നീണ്ടതല്ല. എല്ലാം വേഗത്തിൽ നീങ്ങി. അനാവശ്യ ചോദ്യങ്ങളൊന്നുംതന്നെ ഉണ്ടായില്ല. തന്റെ വിദ്യാർത്ഥി ലക്ഷണം ജർമ്മനി അംഗീകരിച്ചിരിക്കുന്നു.

പാസ്പോർട്ട്, ടിക്കറ്റിന്റെ ബോർഡിങ് കാർഡിൽ നിന്ന് മുറിച്ചു തിരിച്ചു നൽകിയ കഷ്ണം, എന്നിവ ഭദ്രമായി ഹാൻഡ്ബാഗിൽ തിരുകി. ഷാളെടുത്ത് കഴുത്തിലൂടെ വരിഞ്ഞുകെട്ടി. തൊണ്ടയ്ക്കകത്ത് തണുപ്പ് തട്ടരുത്.

ജൂഡി പറഞ്ഞതോർത്തു. അന്ന് അവസാനതവണ ഇമെയിൽ ചെയ്തപ്പോഴും പറഞ്ഞിരുന്നു.

''ടെയ്ക്ക് ഇനഫ് ക്ലോത് ഫോർ കോൾഡ്, ഇറ്റ് വിൽ ബി ചില്ലിങ് സ്പ്രിങ്.''

ബോറടിച്ച ഒരു ദിവസം കോളേജിൽനിന്നും ക്ലാസ്സു കട്ട് ചെയ്തു കോവളത്തുകൂടെ വെറുതെ നടക്കുമ്പോൾ കണ്ടുമുട്ടിയ ഒരു ബ്രിട്ടീഷുകാരിയാണ് ജൂഡി.

അവളും ഒറ്റയ്ക്ക് നടക്കുകയായിരുന്നു അന്ന്.

വെറുതെ വർത്തമാനം പറയാൻ തുടങ്ങിയ പരിചയം, നല്ല കൂട്ട് ആവുകയും രണ്ടു മൂന്നു കൊല്ലത്തിനുശേഷവും നിലനിൽക്കുകയും ചെയ്യുന്നു. ഇടയ്ക്ക് ഇമെയിലുകൾ അയയ്ക്കുന്നതിലൂടെ മാത്രം.

ജൂഡിയുടെ സ്റ്റൈൽ അവൾ ഇന്ത്യയിൽ വന്നപ്പോൾ കണ്ടതാണ്. തണുത്ത പ്രഭാതങ്ങളിൽ നടക്കാനിറങ്ങുമ്പോൾ ഒരു ഷാൾ എപ്പോഴും കഴുത്തിൽ കെട്ടും. ഷാൾ നീളത്തിൽ ചുരുട്ടി പകുത്തു മടക്കി കഴുത്തിലിട്ടു മുന്നോട്ടു തൂക്കി മടക്കിന്റെ ഇടയിലൂടെ അറ്റങ്ങൾ ചേർത്തെടുത്തു വലിച്ചു കഴുത്തിലേക്ക് മുറുക്കുക. അതാണ് രീതി. തൂക്കിക്കൊല്ലാൻ കയർ ഒരുക്കുംപോലെയൊരു പണിയാണത് എന്നവൾക്കു തോന്നാറുണ്ട്.

ജാനുവല്ല്യമ്മയും പറഞ്ഞിരുന്നു. എപ്പോഴും ഷാൾ കഴുത്തിലും ചെവിയിലും മൂടിക്കെട്ടണമെന്ന്. അതിനുപറ്റിയ കമ്പിളി ഷാളുകൾ അവർ കൊണ്ടുതരികയും ചെയ്തിരുന്നു.

വലിയ വീതിയില്ലാത്ത തരം ഒരു ഷാൾ കണ്ടപ്പോൾ അച്ചാച്ചന്റെ കോണകമാണ് അവൾ ഓർത്തത്. അതേ നീളവും വീതിയും.

തണുപ്പടിക്കുമ്പോൾ നാട്ടിലെ ചിലർ തോർത്തുമുണ്ടുകൊണ്ട് ചെവിമൂടി കഴുത്തിൽ കെട്ടുന്നതുപോലെ കെട്ടുവാനുള്ള ഷാൾ.

ജാനുവല്യമ്മ ഹിമാലയത്തിലേക്ക് യാത്ര പോയപ്പോൾ വാങ്ങിയതാണ് അത്തരം ഷാളുകൾ...

അവർക്ക് യാത്ര വലിയ പ്രിയമാണ്. സ്കൂളിൽ നിന്നും റിട്ടയർ ചെയ്തശേഷം ഇടയ്ക്കിടെ യാത്ര പോകും. പഴയ ചില കൂട്ടുകാരികളും കൂടിയാണ് വല്യമ്മ യാത്രപോക്ക്.

നാട്ടിൽത്തന്നെ താമസിക്കുന്ന രണ്ടു മൂന്നു കൂട്ടുകാരികളുമായി വല്യമ്മയ്ക്കു വലിയ കൂട്ടുണ്ട്. പ്രത്യേകിച്ചും റിട്ടയർ ചെയ്ത ശേഷം അവരുമായി നിരന്തരം ഫോണിൽ സംവദിക്കുകയും ഇടയ്ക്കു കണ്ടുമുട്ടുകയും ചെയ്യുന്നുണ്ട്.

അതിലൊരു കൂട്ടുകാരിയുടെ മകൻ വഴി ഒരു ട്രാവൽസിന്റെ യാത്രാപരിപാടികൾ നോക്കിയിട്ടാണ്, അവർ ഹിമാലയ യാത്രയും തുടങ്ങിയത്.

അമ്മയെ വിളിച്ചാലും പോകില്ല അവരുടെ കൂട്ടത്തിൽ. അച്ഛനില്ലാതെ അമ്മ എവിടെയും പോകില്ല. അച്ഛനു യാത്രയൊന്നും വലിയ താത്പര്യമില്ല. പിന്നെ കാശു ചിലവാക്കുന്നതിൽ പിശുക്കുണ്ടമ്മയ്ക്കും അച്ഛനും.

വല്യമ്മയ്ക്കു കാശു ചിലവാക്കുന്നതിൽ ഒട്ടും പിശുക്കില്ല.

തൊട്ടടുത്തുള്ള ലോവർ പ്രൈമറി സ്കൂളിലെ കണക്കു ടീച്ചറായിരുന്നു വല്യമ്മ. അമ്മയുടെ ചേച്ചിയാണെങ്കിലും അനിയത്തിയാണെന്നേ കണ്ടാൽ തോന്നൂ. എന്നും ചെറുപ്പം തുടിക്കുന്ന ഉന്മേഷം.

അവരുടെ ഭർത്താവ് അമ്പതാം വയസ്സിൽ മരിച്ചുപോയി. പെട്ടെന്നുള്ള ഹൃദയാഘാതം. പൊതുവെ ചിരിച്ചു മാത്രം കണ്ടിട്ടുള്ള വല്യമ്മ അന്ന് വാവിട്ടു കരയുന്നതു കണ്ടു. അന്നവർക്ക് വെറും നാൽപ്പതു വയസ്സ്.

കുട്ടികളില്ലാത്തതിനാൽ അവർക്കു വിഷമമൊന്നുമുള്ളതായി തോന്നിയിട്ടേയില്ല. സ്കൂളിലെ കുട്ടികളെല്ലാം അവർക്കു സ്വന്തം കുട്ടികളെപ്പോലെയാണെന്നും തോന്നാറുണ്ട്. കുട്ടികൾക്കും ജാനകി ടീച്ചർ എന്നാൽ ജീവനാണ്.

കൃതികയും അതേ സ്കൂളിലാണ് നാലാം ക്ലാസ്സുവരെ പഠിച്ചത്. അവൾ എന്നും വല്യമ്മയുടെ കൂടെ നടന്നാണ് സ്കൂളിൽ പോയിരുന്നത്. പല കുട്ടികളും കരുതിയിരുന്നു വല്യമ്മ അവൾക്ക് അമ്മയാണ് എന്ന്.

നായാടിപ്പാറയിൽ നിൽക്കുന്ന ആ സ്കൂൾകെട്ടിടത്തിലേക്ക് പത്തു മിനുട്ടു നടക്കാനേയുള്ളൂ അവളുടെ വീട്ടിൽനിന്ന്. വല്യമ്മയുടെ വീട് കുറച്ചുകൂടി ദൂരെയാണ് അതേ വഴിയിലാണെങ്കിലും. അവർ അര മണിക്കൂർ നടന്നാണ് വരുക.

അവർ വരുന്നതും നോക്കി അവൾ വീട്ടുപടിക്കൽ നിൽക്കും. അവളെക്കണ്ടില്ലെങ്കിൽ വല്യമ്മ പടിക്കൽ നിന്ന് നീട്ടി വിളിക്കും.

‘‘കൃതീ...’’

ഏതോ സാഹിത്യകൃതിയാണ് താനെന്ന മട്ടിൽത്തോന്നും അവൾക്കപ്പോൾ.

കണക്കുടീച്ചറാണെങ്കിലും വല്യമ്മ കുറെ സാഹിത്യ പുസ്തകങ്ങൾ വായിക്കും. അവരിൽ നിന്നാണ് കൃതികയ്ക്കും എന്തെങ്കിലും വായിക്കാൻ കിട്ടുക.

അവർ നാട്ടിലെ ലൈബ്രറിയിൽ പോകുന്ന ഏക സ്ത്രീയായിരിക്കുമെന്നു അവൾ ഊഹിക്കാറുണ്ട്. ഒരു ദിവസം കൂടെച്ചെന്നു നോക്കിയപ്പോൾ ഊഹം ശരിയായിരുന്നു എന്നവൾക്കു മനസ്സിലായി.

പിന്നെ പലപ്പോഴും പറ്റുമ്പോഴൊക്കെ അവൾ അവരുടെ കൂടെ ലൈബ്രറിയിൽ പോകും.

അങ്ങനയാണ് യാഗ എന്ന യുവ സംഘം നടത്തുന്ന ലൈബ്രറിയിൽ അവൾ സ്ഥിരം സന്ദർശകയായതുതന്നെ. യാഗയിലേക്കു ചേരാനുള്ള പ്രായമായപ്പോൾ പിന്നെ അവൾ ഒറ്റയ്ക്കായി പോക്ക്.

വല്യമ്മ 'വയ്യ' എന്നൊക്കെ പറഞ്ഞു വരാതായി. അവൾ ചില പുതിയ പുസ്തകങ്ങളൊക്കെ കൊണ്ടു ചെന്ന് കൊടുത്താൽ വായിക്കും എന്നു മാത്രമായി വല്യമ്മയുടെ ശീലം. കൂടുതലും പഴയ കൂട്ടുകാരികളുമായി ഫോണിൽ സംസാരിക്കലും യാത്ര പോകലുമായപ്പോൾ പ്രത്യേകിച്ചും.

സ്കൂളിലേക്ക് പോകുന്ന വഴിക്കു അതേപോലെ മറ്റൊരു വീട്ടുപടിക്കലെത്തിയാൽ അവരുടെ കൂടെ കൂടാൻ നിതിൻ ഉണ്ടാകുമായിരുന്നു.

അഞ്ചുമിനുട്ടു നടക്കാൻ മാത്രം അടുത്തുള്ള സ്കൂളിലേക്ക് എപ്പോൾ വേണമെങ്കിലും ഓടിപ്പോയാമതിയെന്നുള്ളപ്പോഴും അവനിങ്ങനെ ഒരുങ്ങി കാത്തുനിൽക്കുന്നതിനെപ്പറ്റി വലിയമ്മ പിന്നീട് ഇടയ്ക്കു പറയാറുണ്ട്.

ഒരുപക്ഷേ ചാക്കുപ്രാന്തനെ പേടിച്ചിട്ടായിരിക്കുമോ എന്നാണ് അവൾ അന്നൊക്കെ കരുതിയിരുന്നത്. അവൾക്കു ആ പേടി അല്പം ഉണ്ടായിരുന്നു.

വഴിയിൽ ഇടയ്ക്കൊക്കെ കാണാറുള്ള ചാക്കുപ്രാന്തനെ അവൾക്ക് ഒരു ഇഷ്ടം കലർന്ന പേടിയായിരുന്നു.

ചാക്കുകൊണ്ട് മുണ്ടുടുക്കും പോലെ കെട്ടിയും പുതച്ചുമൊക്കെയാണ് അയാൾ വരുക. അതാണ് അയാളുടെ വേഷം. വേറെ തുണിയൊന്നുമില്ലാഞ്ഞിട്ടാകുമോ, അച്ഛന്റെ പഴയ മുണ്ടോ ഷർട്ടോ കൊടുത്താലോ എന്ന് അവൾ വല്യമ്മയോടു ചോദിച്ചിരുന്നു.

''അയാൾക്ക് അതൊന്നും ഇഷ്ടാവത്തില്ല, പ്രാന്തനല്ലേ'' എന്ന് മാത്രം പറയും വല്യമ്മ.

താടിയും മുടിയും ജട പിടിച്ചു ഒരിക്കലും കുളിക്കാത്ത പോലുള്ള മനുഷ്യനു മുണ്ടും ഷർട്ടുമൊന്നും വേണ്ടായിരിക്കും എന്നവൾ കരുതി.

ഒരു വർഷമേ നിതിനും കൃതികയും ഒരുമിച്ചുണ്ടായുള്ളൂ. അവൾ ഒന്നാം ക്ലാസ്സിൽ ചേർന്നപ്പോൾ അവൻ നാലാം ക്ലാസ്സിലായിരുന്നു.

ലോവർ പ്രൈമറി കഴിഞ്ഞു കുറെ ദൂരെയുള്ള ബോയ്സ് ഹൈസ്കൂളിലേക്കാണ് പിന്നീടവൻ പോയത്.

ബാഗേജ് കിട്ടാനായി അരമണിക്കൂറോളം നിൽക്കുമ്പോഴേക്കും അവൾ ആലോചിച്ചു,

ദുബായിൽ വെച്ച് നിതിനെ കാണേണ്ടതില്ലായിരുന്നു. ദുബായ് വഴിയുള്ള ടിക്കറ്റ് എടുക്കുമ്പോൾ അച്ഛൻ തന്നെയാണ് അതിനുള്ള സമയം കണക്കാക്കിയുള്ള കണക്ഷൻ ടിക്കറ്റ് ശരിയാക്കാൻ പറഞ്ഞത്.

അച്ഛന്റെയും ഒരു വാശിയായിരിക്കാം...

ഭാവിവരൻ സമ്മതിച്ചില്ലെങ്കിലും മകൾ ആ വിവാഹം തന്നെ വേണ്ടെന്നുവെച്ച് വിദേശത്തു പഠിക്കാൻ പോകുന്നത് അച്ഛന്റെ അഭിമാനമായിരുന്നു.

അമ്മയുടെ ബന്ധുത്വത്തിലുള്ള കുടുംബത്തിൽ നിന്ന് ആലോചിച്ച വിവാഹം എല്ലാവരും സമ്മതിച്ചതാണ്. അപ്പോഴാണ് അവൾക്ക് ബിരുദാനന്തരബിരുദത്തിനായിട്ടുള്ള ഈയൊരു സാധ്യത തെളിഞ്ഞത്.

എല്ലാം നിതിനും അറിയാവുന്നതാണ്. അവൾക്ക് വർഷങ്ങളായി പരിചയമുള്ള അടുത്തയാളാണ്. അവൾ എല്ലാ ജീവിതലക്ഷ്യങ്ങളും പറഞ്ഞിട്ടുള്ളതുമാണ് പലപ്പോഴായി. ഉപരിപഠനത്തിനു കേരളത്തിനു പുറത്തോ ഇന്ത്യയ്ക്കു പുറത്തോ പോകണമെന്ന് അവൾ എപ്പോഴും എല്ലാവരോടും പറയാറുണ്ട്.

നിതിന്റെ നിർദ്ദേശം അനുസരിച്ചുതന്നെയാണ് കല്യാണാലോചന കൊണ്ടുവന്നത്. ഇനി രണ്ടുവർഷം കഴിഞ്ഞാവാം കല്യാണം എന്നതു പക്ഷേ അയാൾക്ക് സമ്മതമാകുന്നില്ല.

ചെറുപ്പം മുതലേ ശീലിച്ച ഒരു ബന്ധമാണെങ്കിലും അത് പിരിയുന്നതിൽ അവൾക്കു അല്പം പോലും വിഷമം തോന്നിയില്ല. കഥകളിലും സിനിമകളിലും മറ്റും കണ്ടിട്ടുള്ള തരം യാതൊരു മാനസിക വിക്ഷോഭങ്ങളും വികാരാതിരേകവും ഉണ്ടായില്ല.

അവളുടെ വ്യക്തിപരമായ ജീവിതലക്ഷ്യങ്ങൾ അവൾക്കു വ്യക്തമായിരുന്നു. നിതിൻ ചേട്ടന് അവനവന്റെ വാശിയാണ് വലുതെങ്കിൽ തനിക്കും അങ്ങനെതന്നെ എന്നവൾ ചിന്തിച്ചു.

കൃതികയ്ക്കു വേണമെങ്കിൽ ദുബായ് ഒന്നു കാണാം പോകുന്ന വഴിക്കെന്ന്, നിതിൻ തന്നെയാണ് അമ്മയെ വിളിച്ചുപറഞ്ഞത്.

അമ്മ 'വേണ്ട' എന്നുപറഞ്ഞെങ്കിലും അച്ഛനാണ് ആയിക്കോട്ടെ എന്ന് പറഞ്ഞത്. ആയിക്കോട്ടെ എന്നുണ്ടെങ്കിലും വേണ്ട എന്ന് പറയുന്ന രീതിയാണ് അമ്മയ്ക്ക്. വേണ്ട എന്നുണ്ടെങ്കിൽ ചിലപ്പോൾ ആയിക്കോട്ടെ എന്നും പറഞ്ഞേക്കും.

അച്ഛന്റെയും അമ്മയുടെയും ഈഗോ നടത്തുന്നത് മക്കൾ വഴിയാണല്ലോ.

അവൾ ആ ചിന്തകളുടെ മുറിവുകൾ മനസ്സിൽ നിന്നും തുടച്ചുമാറ്റാൻ ശ്രമിച്ചുകൊണ്ട്, എയർപോർട്ടിന്റെ പുറത്തേക്കെത്തി പുതിയ വസന്തം കാണാൻ കൊതിച്ചുകൊണ്ട്, ബാഗുകളും പെട്ടികളും പുറത്തു ചാടുന്ന ദ്വാരത്തിലേക്കു തുറിച്ചു നോക്കിക്കൊണ്ടു നിന്നു.

ഫ്രാങ്ക്ഫുർട്ട് അം മയിൻ

ബാഗുകൾ വന്നതും അവൾ അതെല്ലാം കയറ്റിവെയ്ക്കാനുള്ള ഉന്തുവണ്ടി തിരഞ്ഞു. അപ്പുറത്ത് ഒരു നിരയായി നിൽക്കുന്നതിൽ നിന്ന് ഒന്നുവലിച്ചുനോക്കി. കിട്ടുന്നില്ല.

അപ്പോൾ പച്ചനിറത്തിൽ യൂണിഫോം പോലെയുള്ള വസ്ത്രമിട്ട ഒരാൾ വന്നു പറഞ്ഞു.

''സ്വൈ ഒയ്റൊ.''

അല്പം ജർമ്മൻ ഭാഷ ഗോഥെ ഇൻസ്റ്റിറ്റ്യൂട്ടിലെ കോഴ്സിൽ പോയി പഠിച്ചിരുന്നതിനാൽ മനസ്സിലായി, രണ്ടു യൂറോ കൊടുക്കണമെന്ന്. നൂറ്റിരുപതു രൂപയോളം!

അയാൾ ഒരു നോർത്തിന്ത്യക്കാരനെ പോലയുണ്ടെന്ന് അവൾക്ക് തോന്നി. പരിഭ്രമത്തിനിടയിലും അവൾ അയാളെ വിശദവീക്ഷണം നടത്തി. യൂറോപ്യനല്ല. ഒരു പക്ഷേ ടർക്കിഷ് ആയിരിക്കും എന്നവളൂഹിച്ചു. ജർമനിയിൽ ധാരാളം ടർക്കിഷ് ആളുകളുണ്ടെന്നു എവിടെയോ വായിച്ചിരുന്നു.

മനുഷ്യരുടെ മുഖച്ഛായക്ക് ഇത്ര പ്രത്യേകതകളുണ്ടല്ലോ എന്ന് അവൾ അത്ഭുതം കൂറി. അത് തിരിച്ചറിയാനും അതേപ്പറ്റി ചിന്തിക്കാനുമിടയായതു ഇപ്പോഴാണ്. ആലോചിച്ചാൽ ഓരോ രാജ്യക്കാരെന്നോ ദേശക്കാരെന്നോ വേണ്ട, ഓരോ മനുഷ്യനും വ്യത്യസ്ത മുഖച്ഛായ ഉണ്ടല്ലോ.

സൃഷ്ടിയുടെ മായാജാലം...!

പേഴ്സിൽ അൻപതുയൂറോവിന്റെ നാലുനോട്ടുകളേയുള്ളൂ. ചില്ലറ ഇല്ല. പോരുന്നതിനുമുൻപെ പത്തുപന്ത്രണ്ടായിരത്തോളം രൂപ കൊണ്ടുപോയി മാറ്റിയ യൂറോ.

എന്തെങ്കിലും അത്യാവശ്യം വന്നാൽ ഉപയോഗിക്കാനായി യൂറോ വേണ്ടി വരും എന്ന് യൂണിവേഴ്സിറ്റിയിൽ നിന്നുള്ള മെയിലിൽ ഉണ്ടായിരുന്നു

യൂണിവേഴ്സിറ്റിയിൽ എത്തിയാൽ ഉടനെത്തന്നെ ആദ്യമാസത്തെ ഫെലോഷിപ്പ് കൈയിൽ തരും. അതുവരെ എന്തെങ്കിലും ആവശ്യം വരാമല്ലോ.

പച്ചക്കുപ്പായക്കാരൻ ഒരു മെഷീനിലേക്ക് ചൂണ്ടി എന്തോ പറഞ്ഞു. അതിൽ പത്തു യൂറോ, അഞ്ചു യൂറോ, ഒരു യൂറോ എന്നിങ്ങനെ എഴുതിയിട്ടുണ്ട്. ഇത്രയും തരങ്ങളേ അതിലിടാൻ പറ്റൂ. പണം അതിലിട്ടാൽ ഒരു ടിക്കറ്റ് കിട്ടും. അതുപയോഗിച്ചു ഉന്തുവണ്ടിയെടുക്കാൻ പറ്റും.

അവൾ അൻപതിന്റെ നോട്ട് കാണിച്ചു.

'ഓൺലി ദിസ്' എന്നൊക്കെ പറഞ്ഞു. എന്തായാലും അയാൾക്ക് കാര്യം മനസ്സിലായി. എങ്കിലും ഒന്നും മിണ്ടാതെ നിന്നു, പറ്റില്ല എന്ന ആംഗ്യവും കാണിച്ച്.

അവൾ വീണ്ടും പരിഭ്രമിച്ചു. ഈ മൂന്നുപെട്ടികളും ഒരുമിച്ച് വലിച്ചുകൊണ്ട് നടക്കാനും പറ്റില്ലല്ലോ. പുറത്തേക്ക് എങ്ങനെ പോകും എന്നവൾ ചോദിച്ചു. ഇംഗ്ലീഷിലും ചില ജർമ്മൻവാക്ക് കലർത്തിയും. അയാളും കുറച്ച് ഇംഗ്ലീഷ് അപ്പോഴുരിയാടി.

''ട്വന്റി മിനിറ്റ്സ് വാക്'' എന്ന് പറഞ്ഞ് ആ വലിയ ഹാളിന്റെ ഒരു മുക്കിലേക്ക് ചൂണ്ടിക്കാണിച്ചു.

പല വിമാനങ്ങളിൽ നിന്നുള്ളവരുടെ ബാഗുകൾ വന്നുകൊണ്ടിരിക്കുന്നതിനാൽ കുറേയാളുകൾ പലയിടത്തായി കൂടി നിൽക്കുന്നുണ്ട്. അവൾ വന്ന വിമാനത്തിൽ നിന്നിറങ്ങിയവരിൽ മിക്കവരും പോയിക്കഴിഞ്ഞിരുന്നു.

അവിടെകണ്ട ഒരു വയസ്സൻ സായിപ്പിനോട് അവൾ അമ്പതു യൂറോ കാണിച്ച് ചോദിച്ചു.

''ഡു യു ഹാവ് ചെയ്ഞ്ച്?''

അയാൾ ഒന്നും മനസ്സിലാവാത്തപോലെ നിന്നു.

കുറച്ചപ്പുറത്ത് ഒരു കൗണ്ടറിൽ ഉദ്യോഗസ്ഥരെപ്പോലെ ചിലർ നിൽക്കുന്നുണ്ട്. അപ്പോഴാണ് അവൾക്ക് ബുദ്ധിതോന്നിയത്, അവരോടു ചോദിക്കാൻ.

അവൾ ബാക്ക്പാക്ക് ചുമലിലേറ്റി മറ്റുമൂന്നു ട്രോളിപെട്ടികൾ അവിടെതന്നെവെച്ച് ആ കൗണ്ടറിന് അടുത്തു ചെന്ന് അൻപതു യൂറോ കാണിച്ച് ചെയ്ഞ്ച് ഉണ്ടോ എന്നു ചോദിച്ചു. ബാഗുകൾ ഇരിക്കുന്നിടത്തേക്ക് ചൂണ്ടിക്കാണിച്ച് കാര്യം പറഞ്ഞു. ഇവർക്കു ഇംഗ്ലീഷ് മനസ്സിലായില്ലെങ്കിലോ എന്നു കരുതി പരമാവധി ആംഗ്യങ്ങൾ ഉപയോഗിച്ചു.

അവിടെയിരുന്ന സോഡാഗ്ലാസ് കണ്ണട ധരിച്ച തടിയൻ ചിരിച്ചുകൊണ്ട് അഞ്ചു പത്തു യൂറോനോട്ടുകൾ തന്നു. തിരിച്ചുവന്ന് അതിലെ ഒരു പത്തുരൂപ യന്ത്രത്തിലേക്കിട്ടപ്പോൾ ടിക്കറ്റും ബാക്കി എട്ടുയൂറോയും പുറത്തുവന്നു.

പണമിട്ടു കാര്യർ വലിച്ചെടുത്തു ബാഗുകൾ കയറ്റിവെച്ച് ഉന്തിക്കൊണ്ട് ആ ഹാളിൽ നിന്നും പുറത്തുവന്ന് എക്സിറ്റ് എന്നെഴുതിയതും നോക്കി നടന്നു.

അതിനിടെ ഇൻഫർമേഷൻ എന്നെഴുതിയ ഒരു കൗണ്ടർ കണ്ടു. അവിടെയും വെളുത്ത ഷർട്ടും കറുപ്പുകോട്ടുമിട്ട രണ്ടു മൂന്നുപേർ ഇരിക്കുന്നുണ്ടായിരുന്നു. അവരോട് പുറത്തേക്കുള്ള വഴി ചോദിക്കാൻ തുടങ്ങിയപ്പോഴേക്കും എക്സിറ്റ് എന്ന ബോർഡു കാണാൻ കഴിഞ്ഞു.

പക്ഷേ സിറ്റിയിലേക്കുള്ള ട്രെയിൻ അതിനകത്തുനിന്നുതന്നെ കയറാൻ കഴിയുമെന്ന് ഇമെയിലിൽ പറഞ്ഞതോർത്ത് അവൾ അന്വേഷണസ്ഥലത്തേക്ക് ചെന്ന് അതേപ്പറ്റി ചോദിച്ചു. അവിടെ നിന്ന് എങ്ങോട്ട് നടന്നാൽ സിറ്റിയിലേക്കുള്ള ട്രെയിൻ കിട്ടുമെന്ന് അവർ പറഞ്ഞുതന്നു. ആ വഴിക്ക് ചെന്നപ്പോൾ അവിടെയെല്ലാം ബോർഡുകൾ എഴുതിവെച്ചിട്ടുമുണ്ടായിരുന്നു.

എത്തിക്കൊണ്ടിരിക്കുന്നു എന്നു തോന്നിയപ്പോഴാണ് നീണ്ട ഒരു കോണിയുടെ അടുത്തേക്കാണ് എത്തിയത് എന്നു കണ്ടത്. മുകളിലാണ് സിറ്റി ട്രെയിൻ കിട്ടാനുള്ള പ്ലാറ്റ് ഫോം എന്ന് എഴുതി ആരോമാർക്ക് വെച്ചിട്ടുണ്ട്. ഈ ഉന്തുവണ്ടിയുംകൊണ്ട് എങ്ങനെ കയറും എന്ന് ആലോചിച്ചുനിന്നപ്പോഴാണ് ഒരു ജോലിക്കാരനെ പോലെയുള്ള യൂണിഫോം ധാരിയായ ആൾ ചോദിച്ചത്.

''യു നീഡ് ഹെല്പ്?''

അവൾ, ''യാ... ഹൗ കൻ ഐ ഗോ വിത്ത് ദിസ്...'', എന്ന് പരവശയായികൊണ്ട് നിന്നു ചോദിച്ചു.

അയാൾ എലിവേറ്ററിന്റെ രണ്ടു സ്റ്റെപ്പുകളിലായി ഉന്തുവണ്ടിയുടെ രണ്ടറ്റത്തെ ചക്രങ്ങളെയും വേഗത്തിൽ കയറ്റി നിർത്തി ഒരു ബാലൻസിൽ ഒന്ന് പിടിച്ചുനിന്നുകൊണ്ട് മുകളിലേക്ക് പോയി.

അവളും അതിന്റെ പിന്നാലെ രണ്ടു പടി താഴെയായി പരിഭ്രമിച്ചുകൊണ്ട് നിന്നു മുകളിലെത്തും വരെ.

മുകളിൽ എത്തിയതും അയാളോട് നന്ദി പറഞ്ഞ് കുറച്ചു മുന്നോട്ടു നടക്കുമ്പോഴേക്കും ഒരു ട്രെയിൻ കുറച്ചപ്പുറത്ത് വന്നു നിന്നു.

മെട്രോട്രെയിൻ പോലെ ഒന്ന്, ആ ഹാളിനകത്തേക്ക് കയറിവരും പോലെയാണ് അവൾക്കു തോന്നിയത്. പക്ഷേ അവൾ അണ്ടർഗ്രൗണ്ടിലേക്കല്ലല്ലോ പോയത് എന്ന് അമ്പരന്നു...!

അടുത്ത ട്രെയിൻ വരും വരെ കുറച്ചു നേരം ചുറ്റും നോക്കി നിരീക്ഷിച്ചു കൊണ്ടുനിൽക്കെ, പെട്ടികൾ ഉന്തുവണ്ടിയിൽ നിന്നിറക്കി വെച്ച് അത് ഒരു ഭാഗത്തു നിരയായി അടുക്കിവച്ചിരിക്കുന്ന അത്തരം ക്യാരിയറുകളുടെ കൂട്ടത്തിൽ തള്ളിക്കയറ്റി വെച്ചാൽ, അതവിടെ ലോക്കാകുകയും നമ്മുടെ രണ്ടു യൂറോ തിരികെ വരുകയും ചെയ്യും എന്ന് ചിലർ കാണിക്കുന്നത് കണ്ടു മനസ്സിലാക്കി. അവൾ അതു പോലെ ചെയ്തു.

ട്രെയിൻ വന്നു നിൽക്കുമ്പോൾ ആകെ വെപ്രാളം കൊണ്ട് വിയർത്തു. മൂന്നു പെട്ടികളും ട്രോളി ആണെങ്കിലും വണ്ടിയിലേക്ക് എടുത്തു വെയ്ക്കുകയും സീറ്റ് വരെ കൊണ്ടുപോകുകയും ഒക്കെ വേണ്ടേ എന്നാലോചിച്ചു പരിഭ്രമിച്ചു. ആരും അവളെ നോക്കുകയോ വെപ്രാളം കാണുകയോ ചെയ്യുന്നില്ലെന്നു അവൾക്കു തോന്നി.

ട്രെയിനിൽ കയറി അതു നീങ്ങിത്തുടങ്ങി കുറച്ചു കഴിഞ്ഞപ്പോൾ മനസ്സിലായി അത് മുകളിലൂടെ പാലം പോലെ എന്തിലൂടെയോ ആണ് കുറച്ചു ദൂരം പോകുന്നത് എന്ന്.

പെട്ടെന്നുതന്നെ ഫ്രാങ്ക്ഫുർട്ട് അം മയിനിലെത്തി. ഇറങ്ങിയതും ചുറ്റുംനോക്കി. ലൂസിയാനയായിരിക്കും എന്നവൾ കരുതി.

കുഞ്ഞു മിഡി ധരിച്ച ഒരു യുവതി ഒരു പ്ലാക്കാഡും ഒരുന്തു വണ്ടിയുമായി നിൽക്കുന്നതു കണ്ടു.

പ്ലാക്കാഡ് ഉയർത്തിക്കൊണ്ട് അവർ വലത്തേക്കും ഇടത്തേക്കും നോക്കുന്നുണ്ട്. ബാഗുകൾ ഓരോന്നായി കുറച്ചുകൂടി നീക്കി ഒതുക്കി വെച്ച് അവരുടെ പ്ലാക്കാഡിലേക്ക് നോക്കി.

'കൃതിക ബാലരാമൻ', അതെ തന്റെ പേരുതന്നെ.

ബാഗുകൾക്കടുത്തുതന്നെ കുറച്ചു മാറിനിന്ന് അവൾ കൈവീശി കാണിച്ചു. ലൂസിയാന ആ ഭാഗത്തേക്ക് നോക്കാനായി കാത്തു നിന്നു.

രണ്ടു മിനിറ്റിനുള്ളിൽ പ്ലാറ്റ്ഫോമിലെ തിരക്കൊഴിഞ്ഞപ്പോൾ അവർ പരസ്പരം കാണുകയും ലൂസിയാന അവളുടെയടുത്തേക്ക് വരുകയും ചെയ്തു.

ഷെയ്ക്ക്ഹാൻഡിലൂടെ സ്വയം പരിചയപ്പെടുത്തിക്കൊണ്ട് കുശലമന്വേഷിച്ചു. യാത്ര നന്നായിരുന്നില്ലേ ഏത് റൂട്ടിലാണ് വന്നതെന്ന് അന്വേഷിച്ചുകൊണ്ട് ബാഗുകൾ കാരിയറിൽ കയറ്റിവെയ്ക്കാൻ സഹായിച്ചു.

കഴിഞ്ഞ സെമസ്റ്ററിൽ ചേരുന്നവർക്ക് എയർപോർട്ടിൽതന്നെ പിക്കിങ്ങ്അപ് ഉണ്ടായിരുന്നെന്നു കൃതികയ്ക്കറിയാം. പല കാരണങ്ങളാൽ ഈ സെമസ്റ്ററിലേ ചേരാൻ പറ്റിയുള്ളൂ എന്നതിനാലാണ് ഇങ്ങനെ പ്രത്യേകമായി കൂട്ടികൊണ്ടുപോകാൻ ലൂസിയാന വന്നത്. അതവരുടെ നന്മ മാത്രമാണ്. അവരുടെ ജോലിയുടെ ഭാഗമായി നിർബന്ധമുള്ള കാര്യമല്ല.

എയർപോർട്ടിൽനിന്ന് ട്രെയിൻസ്റ്റേഷൻ വരെ വരാമോ, അതെളുപ്പമാണ്, എങ്കിലവർ അവിടെനിന്ന് കൂട്ടികൊണ്ടുപോകാമെന്നു പറഞ്ഞു. കൃതികയ്ക്ക് അങ്ങേയറ്റം സമാധാനമായിരുന്നു.

ഫ്രാങ്ക്ഫുർട്ട് മയിനിലെ റെയിൽവേ സ്റ്റേഷൻ വളരെ വലുതാണ്. അത് പ്രധാന സ്റ്റേഷൻ എന്നർത്ഥത്തിൽ മെയിൻ എന്ന് ഉദ്ദേശിക്കുന്നത് എന്നാണവൾ ധരിച്ചിരുന്നത്.

ലൂസിയാനയോട് അതേപ്പറ്റി സംസാരിക്കുന്നതിനിടെ ചോദിച്ചപ്പോഴാണ്, അതങ്ങനെയല്ല ഈ സിറ്റിയുടെ പരിസരത്തിലൂടെ ഒഴുകുന്ന മയിൻ എന്ന ഒരു നദിയുടെ പേരാണ് എന്ന് മനസ്സിലായത്.

മയിൻ നദിയുടെ അടുത്തുള്ളത് എന്ന അർത്ഥത്തിലാണത്രെ 'ഫ്രാങ്ക്ഫുർട്ട് അം മയിൻ' എന്ന് പേരു പറയുന്നത്.

മയിൻ നദിക്കരയിലെ ജീവിതം എങ്ങനെയുള്ളതാകുമെന്ന ആകാംക്ഷ കുളിരുന്ന തണുപ്പിൽ അലിഞ്ഞില്ലാതാകുന്ന പോലെ തോന്നി അവൾക്ക്.

എത്ര വലിയ നഗരത്തിനു നടുവിലാണെങ്കിലും നദിയോരങ്ങൾ ശാന്തമായിരിക്കും എന്നവൾ ആശ്വസിച്ചു.

ബിറ്റെ, കൈൻ ഡോയിഷ്

വൈകുന്നേരം ആറരയോടെ വെയിലുദിച്ചു. അത്രനേരവും മൂടിക്കെട്ടി നിന്ന ആകാശം തെളിഞ്ഞു. പക്ഷേ തണുപ്പിന് കുറവില്ല. അവൾ അത്ഭുതം കൂറി.

ചില്ലുവാതിലിലൂടെ പുറത്തേക്ക് നോക്കിയിരുന്നു.

അങ്ങനെ ഒരു മണിക്കൂറിനുള്ളിൽ വെയിൽ പോയി. പിന്നെയും ഒരു മണിക്കൂർ കൂടി കഴിഞ്ഞാണ് ഇരുട്ടു വീണത്. വാങ്ങിക്കൊണ്ടു വന്നിരുന്ന സാൻവിച്ച് കഴിച്ചുകൊണ്ട് ഒരു കാപ്പിയും കുടിച്ചു.

യാത്രാക്ഷീണം വേഗം ഉറങ്ങാൻ തോന്നിക്കുമെന്നു കരുതി, കിടന്നു. പറയത്തക്ക ക്ഷീണമൊന്നും തോന്നിയില്ലെങ്കിലും മറ്റൊന്നും ചെയ്യാൻ തോന്നാത്തതിനാൽ കിടക്കുകയാണ്. ഉറങ്ങിയതു വീണ്ടും ഒരു മണിക്കൂറോളം കഴിഞ്ഞിട്ടാണ്.

മക്ഡൊണാൾഡിൽ നിന്നും വാങ്ങിച്ച സാൻവിച്ചും നാട്ടിൽ നിന്നേറ്റിക്കൊണ്ടുവന്ന ബ്രൂകാപ്പിയും അത്താഴത്തിന്റെ പ്രതീതി നൽകിയില്ലെങ്കിലും വിശപ്പിന്റെ ലാഞ്ഛനയൊന്നും അവൾക്കനുഭവപ്പെട്ടതേയില്ല.

ഫ്രാങ്ക്ഫുർട്ട് അം മയിനിൽനിന്ന് പോരുമ്പോൾ റെയിൽവേ സ്റ്റേഷനിൽ നിന്ന് വാങ്ങിയ സാൻവിച്ച് ആണ്. ലൂസിയാനയാണ് പറഞ്ഞത് വിശക്കുന്നെങ്കിൽ മക്ഡൊണാൾഡിൽ നിന്നും എന്തെങ്കിലും വാങ്ങിക്കോളാൻ. വൈകുന്നേരത്തേക്കും കൂടിയുള്ളത് വാങ്ങിയത് പോകുന്നിടത്ത് എന്തെങ്കിലും തിന്നാൻ കിട്ടുമോന്നു സംശയം തോന്നിയതിനാലാണ്.

ബോകെൻഹെയിം വാർത്തെയിലേക്കു യുബാൻ കയറിയതിനു ശേഷം അവിടെയിറങ്ങുന്നിടത്തു നിന്ന് താമസസ്ഥലം എത്തുന്നതിനു മുൻപായി വാങ്ങാൻ കഴിയുമായിരുന്നോ എന്ന് അവർക്കും അറിയില്ലായിരിക്കാം. യുബാൻ എന്നാൽ അണ്ടർഗ്രൗണ്ട് മെട്രോയാണ്. അതിന്റെ കവാടം വളരെ വ്യത്യസ്തമാണെന്ന് മെട്രോസ്റ്റേഷനിൽ നിന്നും കയറി റോഡിലെത്തി നോക്കിയപ്പോൾ തോന്നി. ഒരു ട്രെയിൻ അണ്ടർ

ഗ്രൗണ്ടിൽ നിന്ന് റോഡിലേക്ക് കയറി എത്തിപ്പാളി നോക്കുന്നതു പോലെയാണ് അത്. ഇത് ലോകത്തുതന്നെ പ്രത്യേകമായി ആകർഷക മായ വിധം കെട്ടിയ ഒരു മെട്രോസ്റ്റേഷനാണ് എന്ന് ലൂസിയാന പറഞ്ഞു. ബൊകെൻഹെയിം വാർത്തെ എന്ന ആ പ്രദേശം അത്യാ വശ്യം കാഴ്ചയ്ക്കുള്ള വകുപ്പുള്ളതാണെന്നും അവർ പറഞ്ഞു.

യൂണിവേഴ്സിറ്റിയിലേക്കു എളുപ്പമാണ് എന്ന് മാത്രമല്ല കുറെ കഫേകളും കടകളും ഉള്ള സ്ഥലം തന്നെയാണ് എന്ന് മനസ്സിലായി.

എല്ലാം അടഞ്ഞുകിടക്കുന്ന കെട്ടിടങ്ങൾ. ചില്ലുവാതിലുകൾക്കു മുകളിലൊക്കെ ചിലതെഴുതിവെച്ചിട്ടുണ്ട്. വായിച്ചുമനസ്സിലാക്കാൻ മാത്രം ജർമ്മൻ ഭാഷ അറിയാത്തതിനാൽ അവൾ ഒന്നും ശ്രദ്ധിച്ചില്ല.

താമസിക്കുന്ന കെട്ടിടം അടുത്ത് തന്നെയാണ് എന്ന് പറഞ്ഞു കൊണ്ട് കൃതികയുടെ രണ്ടു ട്രോളി പെട്ടികളിൽ ഒന്ന് വലിക്കുന്നതിനു ലൂസിയാന സഹായിച്ചു. ഏഴു കിലോ ഭാരിച്ച വലിയ ബാക്ക്പാക്കു പുറത്തേറ്റിയും പതിനഞ്ചു കിലോ വരുന്ന ട്രോളി പെട്ടി വലിച്ചും കൃതിക നടന്നു.

എത്ര ചിലവായാലും വേണ്ടില്ല എയർപോർട്ടിൽ നിന്ന് ഒരു ടാക്സി വിളിക്കാമായിരുന്നു എന്നവൾക്കു തോന്നി. പക്ഷേ അങ്ങനെയൊരു ഓപ്ഷൻ ലൂസിയാന പറഞ്ഞതേയില്ല. സ്ഥലവും ഭാഷയും അറിയാതെ ഒന്നും സ്വയം തീരുമാനിക്കാനും കഴിയില്ലായിരുന്നു.

താമസിക്കുവാനുള്ള സ്ഥലത്തെത്തിച്ച്, നാളെ യൂണിവേഴ്സിറ്റി ഡിപ്പാർട്ടുമെന്റിൽ കാണാമെന്നും പറഞ്ഞ് ലൂസിയാന അപ്രത്യക്ഷ മായി.

ഒരു ഫ്ളാറ്റ് സമുച്ചയത്തിന്റെ മൂന്നാമത്തെ നിലയിലുള്ള ഒരു അപ്പാർട്ട്മെന്റിലെ ഒരു മുറിയാണ് അവൾ തിരഞ്ഞെടുത്തിരുന്നത്. വെബ്സൈറ്റ് വഴി തന്നെ വാടകയ്ക്ക് എടുത്തതാണ്.

സ്ഥലം പറഞ്ഞപ്പോൾ അത് കാണിച്ചുതരുവാൻ ലൂസിയാന കനിഞ്ഞു എന്നതു നന്നായി.

ഫ്ളാറ്റിന്റെ ഉടമസ്ഥൻ ഒരു തരത്തിലും ആശയവിനിമയത്തിന് പറ്റിയ ആളല്ല എന്ന് ഇ-മെയിൽ സന്ദേശത്തിൽ നിന്ന് തന്നെ മന സ്സിലായിരുന്നു. മൂന്ന് മുറികളുള്ള ഫ്ളാറ്റ് ആണ് അയാളുടേതെന്നും രണ്ടു മുറികളിലും ആളുണ്ടെന്നും മാത്രമാണ് പറഞ്ഞത്.

ആരെന്നോ എവിടെനിന്നുള്ളവരെന്നോ ആണെന്നോ പെണ്ണെന്നോ അറിയില്ല. അതൊന്നും അറിയുകയോ അറിയിക്കുകയോ ചെയ്യേ ണ്ടുന്ന ഒരു പ്രശ്നമല്ല അവിടെ എന്നൊക്കെ അമ്മയെയും അച്ഛ നെയും ചേട്ടനെയും വരെ ബോധിപ്പിക്കാൻ എത്ര മിനക്കെട്ടു.

ഫ്ളാറ്റിന്റെ ഉടമസ്ഥൻ ഇതേ അപ്പാർട്ട്മെന്റിൽ താമസിച്ചിരുന്നത്രെ. ഇപ്പോൾ അയാൾ അയാളുടെ ഗേൾ ഫ്രണ്ട് വാങ്ങിച്ച ഫ്ളാറ്റിലേക്ക്

മാറിയത്രെ. അപ്പോഴാണ് ഇവിടെ മൂന്ന് മുറികളും വാടകയ്ക്ക് കൊടുക്കുന്നത്.

വീടുകളിലും ഫ്ളാറ്റുകളിലും ഇങ്ങനെ മുറികൾ വാടകയ്ക്ക് കൊടുക്കുന്ന രീതി വെബ്സൈറ്റിൽ നിന്ന് കണ്ടതാണ്. ലിങ്കുകൾ യൂണിവേഴ്സിറ്റി തന്നതു തന്നെയായതിനാൽ വിശ്വസിക്കാം എന്ന് തോന്നി.

കാപ്പിയുണ്ടാക്കാനായി മുറിക്കുപുറത്തു കടന്ന് വരാന്തയിലൂടെ നടന്നപ്പോഴും ഒരു മനുഷ്യരേയും കണ്ടില്ല. ഒരു ശബ്ദങ്ങളും കേൾക്കുന്നുമില്ല. ഒരു മുറിയുടെ വാതിലുകളും തുറന്നുകണ്ടില്ല.

ഒരു വാതിൽ മാത്രം തുറന്ന് കണ്ട് അകത്തേക്കു നോക്കി. അതെ, അടുക്കളതന്നെ! സ്റ്റൗവുകൾ ഉണ്ട്. ചുറ്റും ഷെൽഫുകളിൽ പാത്രങ്ങളും. തീ പുറത്തേക്കുകാണാത്ത സ്റ്റൗവുകൾ, പ്രതലങ്ങളിൽ പാത്രം വെച്ച് ഓൺചെയ്താൽ പെട്ടെന്ന് ചൂടുപിടിക്കുന്നവ.

അങ്ങനെ അല്പം വെള്ളം തിളപ്പിച്ച് കാപ്പിയുമുണ്ടാക്കിക്കൊണ്ട് തിരിച്ചു റൂമിലേക്കുപോകുമ്പോഴാണ് ഒരു വശത്തായിട്ടുള്ള ടേബിളിൽ വാട്ടർ ബോയിലിങ്ങിനുള്ള രണ്ടു കെറ്റിലുകൾ ഇരിക്കുന്നത് കണ്ടത്.

എന്തായാലും അപ്പോഴത്തെ ആവശ്യം കഴിഞ്ഞ സ്ഥിതിക്ക് അവൾ കൂടുതലൊന്നും നോക്കാൻ നിൽക്കാതെ മുറിയിലേക്ക് പോന്നു.

വീട്ടിലെ മഞ്ചക്കോസറിപോലുള്ള ബ്ലാങ്കറ്റ് പുതച്ചുകൊണ്ട് കിടന്നപ്പോഴും തണുപ്പ് ശല്യം ചെയ്തു.

എഴുന്നേറ്റ് ചെന്ന് മുറിയുടെ ഇരുവശത്തുമുള്ള ചൂടാക്കുന്ന കോയിലുകൾ തൊട്ടുനോക്കി. അവയ്ക്കു ചൂടുണ്ട്. അപ്പോൾ അവ പ്രവർത്തിക്കുന്നുണ്ട്. എന്നാലും മുറിയിലെ ചൂടു പോര എന്നു തോന്നി അവൾക്ക്. കിടക്കപോലുള്ള പുതപ്പിനടിയിൽ ചുരുണ്ടുകിടന്ന് എപ്പോഴോ ഉറങ്ങി.

സക്കീർ ഹുസൈന്റെ തബല തിമിർത്തുകൊട്ടി. അതാണ് മൊബൈൽ അലാറം.

അലാറം അടിക്കുന്നത് കേട്ടാണ് ഉണർന്നത്. സമയം നോക്കിയപ്പോൾ പത്തര. അവൾ ചാടിയെഴുന്നേറ്റു. പതിനൊന്നരയ്ക്കാണ് ഡിപ്പാർട്ടുമെന്റിൽ ചെല്ലാമെന്നു പറഞ്ഞിട്ടുള്ളത്.

ധൃതിപിടിച്ചു മുഖം കഴുകികൊണ്ടുനിന്നപ്പോഴാണ് ഓർത്തത്, മൊബൈൽ ഇന്ത്യൻ സമയത്തിലാണ് എന്ന്.

ഈയിടെയായി അവൾ പത്തരയ്ക്കേ എഴുന്നേൽക്കാറുണ്ടായിരുന്നുള്ളൂ. സമയക്രമങ്ങൾ തെറ്റി ശീലിക്കുക എന്ന ഉദ്ദേശ്യവും ഉണ്ടായിരുന്നു.

കഴിഞ്ഞ ദിവസം വിമാനത്തിൽ നിന്നിറങ്ങിയപ്പോൾ വാച്ചിൽ മാത്രമേ സമയം മാറ്റിയിട്ടുള്ളൂ. മൊബൈൽ സ്വിച്ച് ഓൺ ചെയ്തതേയില്ലായിരുന്നു. മൊബൈലിന്റെ കാര്യമേ മറന്നുപോയിരുന്നു. അതിന് പുതിയ നമ്പർ വാങ്ങിയിടാതെ ഉപയോഗമില്ലല്ലോ.

വാട്സ് അപ് എന്നൊരു സംവിധാനം ഈയിടെ തുടങ്ങിയെന്നും അതിൽ ചാറ്റുചെയ്യാൻ നമ്പറിൽ റേഞ്ച് വേണ്ട ഇന്റർനെറ്റ് മാത്രം മതി എന്നും അറിഞ്ഞിരുന്നു. പക്ഷേ അത് ഡൗൺലോഡ് ചെയ്തിട്ടില്ല അവളിതുവരെ.

ട്രെയിൻ കാത്ത് നിന്നപ്പോൾ മൊബൈൽ തുറന്നു നോക്കിയിരുന്നു. എന്തെല്ലാമോ പേരിലുള്ള ഇന്റർനെറ്റ് കണക്ഷൻ എയർപോർട്ടിൽ കാണിക്കുന്നുണ്ട്. എയർപോർട്ട് കണക്ഷൻ എടുക്കുവാൻ നോക്കിയെങ്കിലും പറ്റിയിരുന്നുമില്ല.

സമയം ആറുമണിയേ ആയിട്ടുള്ളൂ എന്നു മനസ്സിലായപ്പോൾ അല്പം ആശ്വാസം തോന്നി. ഷവറിനുതാഴെ ചൂടുവെള്ളത്തിൽ ആശ്വസിച്ചുകൊണ്ട് കുറേനേരം നിന്നു. ആ ജലപ്രവാഹം നിലയ്ക്കാതെ കൊണ്ടുകൊണ്ടു തന്നെ നിൽക്കാൻ തോന്നി. വെള്ളം നിർത്തി തുവർത്തിയാൽ തണുപ്പു തുടങ്ങും. പക്ഷേ എന്തുചെയ്യാം, ദിവസം മുഴുവൻ കുളിച്ചുകൊണ്ടു നിൽക്കാൻ കഴിയില്ലല്ലോ.

മുറിയിലെ കണ്ണാടിയുടെ മുൻപിൽ നിന്നുകൊണ്ട് അവൾ ഓരോരോ വസ്ത്രങ്ങളായി അണിഞ്ഞു.

പെറ്റിക്കോട്ടിന് മുകളിൽ ഒരു കഴുത്തുകയറിയ ബനിയനും അതിനു മുകളിൽ ഷർട്ടും പിന്നാലെ ഒരു കൈയില്ലാത്ത വൂളൻകോട്ടും അതിന്റെ മേൽ ലെതർ ജാക്കറ്റും ധരിക്കാൻ കുറേ ആലോചിക്കേണ്ടി വന്നു അവൾക്ക്.

കമ്പിളിത്തൊപ്പിയും കൈയുറയും ബാഗിൽ വെയ്ക്കാനും വേണ്ടി വന്നാൽ മാത്രം പുറത്തിറങ്ങിയശേഷം ഉപയോഗിക്കാനും തീരുമാനിച്ചു. ജീൻസിനടിയിൽ തെർമൽ വെയറിന്റെ ടൈറ്റ്സ് ഇട്ടു. വൂളൻ സോക്സ് വേണ്ടിവരുമോന്നറിയില്ല. എങ്കിലും ഇട്ടു. തണുത്താലോ...

വിന്ററിൽ എന്തായാലും വേണ്ടിവരും എന്നോർത്ത് വാങ്ങിവെച്ചിരുന്നു പെട്ടിയിൽ. ഇപ്പോൾ വിന്റർ കഴിഞ്ഞു സ്പ്രിങ് തുടങ്ങിയെന്നാണ് പറയുന്നതെങ്കിലും തണുപ്പ് വിട്ടു മാറിയിട്ടില്ല.

വസ്ത്രധാരണവും മേയ്ക്കപ്പും എല്ലാം കഴിഞ്ഞപ്പോഴേക്കും ഒന്നരമണിക്കൂറായി.

ചുണ്ടിലും മുഖത്തും കൈകാലുകളിലുമൊക്കെ ക്രീമുകൾ പുരട്ടിയില്ലെങ്കിൽ വരണ്ടുപൊട്ടിയപോലെയാകുമെന്നു കരുതി എല്ലാം വാങ്ങിക്കൊണ്ടുപോന്നിരുന്നു.

ഇന്ത്യയിലാകുമ്പോൾ ക്രീമുകൾ പുരട്ടാൻ അവൾക്ക് മടിയാണ്. ഇതെല്ലാം ഒരു ശല്യം പോലെ തോന്നാറുണ്ടവൾക്ക്. ഇപ്പോൾ ലിപ്സ്റ്റിക്കും കൂടി ഇട്ടു.

പുറത്തിറങ്ങിയതും അവൾ തണുപ്പുകൊണ്ട് കൈകൾ കോട്ടിന്റെ പോക്കറ്റിലേക്കിട്ടു. പാശ്ചാത്യസിനിമകളിലും മറ്റും ആളുകൾ കൈകൾ പോക്കറ്റിൽത്തിരുകി നടക്കുന്നത് ഒരു സ്റ്റൈൽ ആണെന്നുകരുതി നാട്ടിലെ ആളുകൾ ഇങ്ങനെ സ്റ്റൈലാക്കി നടക്കാറുണ്ടെന്നത് അവളോർത്തു. ആൺകുട്ടികൾ പാന്റിട്ട് കൈപോക്കറ്റിൽ തിരുകിയും പെൺകുട്ടികൾ മുടിയഴിച്ച് പരത്തി മുന്നോട്ടു തൂക്കിയും നടക്കുമ്പോൾ, 'ഉം സ്റ്റൈലാക്കാണല്ലേ' എന്ന കമന്റ് കേൾക്കാറുള്ളതോർത്തു അവൾ.

അവരുണ്ടോ അറിയുന്നു ഇവിടെ മനുഷ്യർക്കിത് സ്റ്റൈലൊന്നുമല്ല, തണുപ്പു സഹിക്കാൻ വയ്യാതെ ചെയ്തുപോകുന്നതാണെന്ന്.

മുടി പരത്തിയിട്ട് വശങ്ങളിൽ ചെവികൾക്കുമുകളിലൂടെ തൂക്കിയിട്ടപ്പോൾ കിട്ടിയ സമാധാനം അവൾക്കു വിവരിക്കാവുന്നതിലുമധികമായിരുന്നു. കാറ്റു ചെവിയിലേക്കും പിൻകഴുത്തിലേക്കുമൊന്നും തട്ടാതെ സമാധാനം കിട്ടാൻ വേറേതു വഴിയേക്കാൾ ഉത്തമം. അതിനു മുകളിൽ തൊപ്പിയും കൂടി ഘടിപ്പിച്ചപ്പോൾ മുടി ചെവികളെ നന്നായി മൂടിക്കിടന്നു.

പോരുമ്പോൾ മുടി ബോയ്ക്കട്ടടിക്കണമെന്ന് കരുതിയതാണ്. അവളോർത്തു.

പിന്നെയും മടിച്ച് തോളോടു ചേർത്തുമാത്രം വെട്ടിയതെത്ര നന്നായി. മുടിയുടെ അഴകിലും ആവശ്യത്തിലും അവളപ്പോൾ വിശ്വസിക്കാൻ തുടങ്ങി.

താപനില പത്തിൽ താഴെയായിരിക്കുമെന്ന് ട്രാം കയറാൻ നിൽക്കുമ്പോൾ അവൾക്കു തോന്നി. ലാപ്ടോപ്പിൽ ഒന്നും ചെയ്യാൻ കഴിയാത്തവിധം ബാറ്ററിയില്ലാതിരിക്കുന്നു. താപനില നോക്കാനോ മെയിലുകളയക്കാനോ ഒന്നും പറ്റിയില്ല രാത്രി നോക്കിയപ്പോൾ.

മാത്രമല്ല, തന്റെ ഇന്ത്യൻ ത്രീപിൻ ചാർജ്ജർ ഇവിടെ ഒരു പ്ലഗ് പോയിന്റിലും വെയ്ക്കാനും പറ്റില്ല. എല്ലാം വെറും ടുപിൻ പോയിന്റുകളെ ഇവിടേയുള്ളൂ. മുറിയിലും അടുക്കളയിലും കുളിമുറിയിലുമെല്ലാം അങ്ങിനെയാണ് കണ്ടത്. ഇനി യൂണിവേഴ്സിറ്റിയിലും കൂടി നോക്കണം.

ചെറിയ ബാക്ക് പാക്കിലെ ലാപ്പ്ടോപ്പും സർട്ടിഫിക്കറ്റുകൾ വെച്ച ഫയലും ചുമലിൽ ഭാരമറിയിച്ചു.

പതിനഞ്ചുമിനിട്ടിൽ യൂണിവേഴ്സിറ്റിയിലെ, പറഞ്ഞ കെട്ടിടത്തിൽ എത്തി മുറികളുടെ നമ്പർ നോക്കി കുറച്ച് കറങ്ങി നടന്നു.

സമയം പതിനൊന്നാകുന്നതേയുള്ളൂ എന്നതിനാൽ പലയിടത്തും കണ്ട നോട്ടീസ് ബോർഡുകളും നോക്കിനിന്നു അതിനിടെ. ഒന്നും മനസ്സിലാകുന്നില്ല. എല്ലാം ജർമ്മൻ ഭാഷയിലാണ്.

പോരുന്നതിന്റെ അഞ്ചാറുമാസം മുൻപ് കഴിഞ്ഞതാണ് ചെറിയൊരു ജർമ്മൻഭാഷാ പഠനം. അതു മുക്കാലും മറന്നു. ചില ചെറിയ വാക്കുകൾ പറഞ്ഞുകേട്ടാൽ മനസ്സിലാകും. തിരിച്ചെന്തെങ്കിലും പറയാനോ, കൂട്ടിവായിച്ചു മനസ്സിലാക്കാനോ ഒന്നും അറിയില്ല.

ഇംഗ്ലീഷ് അറിയാത്തവർ എന്തെങ്കിലും പറയാനോ ചോദിക്കാനോ വന്നാൽ 'ബിറ്റെ കൈന ഡോയ്ച്' എന്ന് പറഞ്ഞു രക്ഷപ്പെടുകയാണ് നല്ലതു എന്ന് മാത്രം ഓർത്തുവെച്ചുകൊണ്ടാണ് ചുറ്റും നടക്കുന്നത്. 'ക്ഷമിക്കണം ജർമൻഭാഷ അറിയില്ല' എന്ന് പറഞ്ഞാൽ ഇംഗ്ലീഷ് അറിയാവുന്നവരാണെങ്കിൽ ചിലപ്പോൾ സംസാരിച്ചേക്കും.

അറിയുമെങ്കിലും ചിലപ്പോൾ ഇംഗ്ലീഷ് സംസാരിക്കാൻ ഇഷ്ടപ്പെടാത്തവരും ഉണ്ടാകും; അതാണ് 'ഡോയ്ഷ് ലാൻഡ്' എന്ന ജർമനിയുടെ സാംസ്കാരിക രാഷ്ട്രീയമായ ഒരു പ്രത്യേകത...!

അങ്ങനെ ഒരു വരാന്തയിൽ നോക്കിനിൽക്കുമ്പോൾ ലൂസിയാന അവിടേക്കു വരുന്നതുകണ്ടു.

''ഹലോ കൃതിക. ഗുടൻമോർഗൻ.''

അവർ രണ്ടുപേരും ചിരിച്ചു. ഗുഡ്മോർണിങ്ങ് എന്ന് അവളും തിരിച്ചുപറഞ്ഞു.

ഇനി നീ കോഴ്സിന് ചേരൽ കർമ്മങ്ങൾ മാത്രമേ ചെയ്യാനുള്ളൂ, വേഗം പോയി റെക്ടറാറ്റിലെ മൂന്നാം നമ്പർ മുറിയിൽ സർട്ടിഫിക്കറ്റുകൾ കാണിച്ച് ഫോമുകൾ ഫില്ല് ചെയ്തുകൊടുത്തോളൂ, എന്നും ലൂസിയാന പറഞ്ഞു.

ഒരു സിറ്റി മാപ്പെടുത്തുതന്ന് അതിൽ തങ്ങൾ നിൽക്കുന്ന ബിൽഡിങ്ങും റെക്റ്റൊറ്റിന്റെ സ്ഥാനവും വഴിയും അതിൽ കാണിച്ചുതന്നു.

കൃതിക അല്പം അന്തംവിട്ടുനിന്നു. ഇതുനോക്കിയെങ്ങനെ പോകും. നടക്കാനുള്ള ദൂരമായതിനാൽ വഴിതെറ്റാനുള്ള സാധ്യത കൂടുതലാണ്. താമസസ്ഥലത്തുനിന്ന് അതിന്റെ മുമ്പിൽ തന്നെയുള്ള ട്രാം സ്റ്റോപ്പിൽ നിന്നാൽ ഇത്രാം നമ്പർ ട്രാമിൽ കയറിയാൽ പത്തുമിനിട്ടിൽ അവൾക്കെത്തേണ്ട യൂണിവേഴ്സിറ്റി ഡിപ്പാർട്ട്മെന്റിന്റെ മുന്നിലുള്ള സ്റ്റോപ്പിൽ ഇറങ്ങാം എന്ന് ഇന്നലെ ലൂസിയാന പറഞ്ഞത് അവൾക്ക് എളുപ്പമായി തോന്നിയിരുന്നു.

ഇതിപ്പോൾ വലിയ പ്രശ്നമാകും എന്നവൾക്കു തോന്നി. അവളുടെ പരിഭ്രമം ശ്രദ്ധിക്കാതെ ലൂസിയാന പറഞ്ഞു.

''ഇറ്റ് വിൽ ബി ക്ലോസ്ഡ് അറ്റ് ട്വവൽവ് ഫോർട്ടി ഫൈവ്, സോയൂകാൻ ഹറി അപ് ദേർ ആൻഡ് വിവിൽ മീറ്റ് ഹിയർ അറ്റ് വൺതേർട്ടി. ബൈദ ടൈം ഐവിൽ ഗെറ്റ് യുവർ മണി ഫോർ ദിസ് മന്ത്.''

വൈസ് ചാൻസലർ ഓഫീസ് അഥവാ അഡ്മിനിസ്ട്രേറ്റീവ് ഓഫീസ് ആണ് റെക്ടറാറ്റ്.

പന്ത്രണ്ടേമുക്കാലിന് ഓഫീസ് അടയ്ക്കും. ഒന്നരയ്ക്ക് തിരിച്ച് ലൂസിയാനയുടെ ഓഫീസിൽ എത്തണം. അവൾ ആകെ പരിഭ്രമിച്ചുകൊണ്ട് സിറ്റി മാപ്പുമെടുത്ത് നടന്നു. സിറ്റി മാപ്പു നോക്കിയും ചിലരോട് 'ബിറ്റെ, കൈൻ ഡോയ്ഷ്' എന്നൊക്കെ പറഞ്ഞുകൊണ്ടു ഇംഗ്ലീഷിൽ വഴി ചോദിച്ചും ആണെങ്കിലും പത്തുമിനിറ്റിനുള്ളിൽ അവിടെയെത്തി.

മാത്രമല്ല, പത്തുമിനിട്ടിൽ അവിടത്തെ ഓഫീസ് കാര്യങ്ങളും കഴിഞ്ഞത് അവളെ അത്ഭുതപ്പെടുത്തി. ഇന്ത്യയിലാണെങ്കിൽ എത്ര വലിയ ക്യൂവും ക്യൂവില്ലെങ്കിലും എത്ര സമയത്തെ കാത്തിരിപ്പും വേണ്ടിവരും ഓരോ കാര്യത്തിനും ഓഫീസുകളിൽ.

വഴി, നാലഞ്ചു കെട്ടിടങ്ങളുടെ ഇടയിലൂടെ അങ്ങോട്ടുമിങ്ങോട്ടും തിരിയുന്ന കാര്യമേയുള്ളൂ എന്ന് നടന്നപ്പോൾ അവൾക്ക് മനസ്സിലായിരിക്കുന്നു.

റെക്ടറാട് എന്നത് അവിടുത്തെ അഡ്മിനിസ്ട്രേറ്റീവ് ഓഫീസ് സമുച്ചയമാണെന്നു മാത്രമല്ല, റെക്ടർ എന്നാണ് വൈസ് ചാൻസലർ സ്ഥാനത്തുള്ളയാൾക്കവിടെ പറയുന്നതെന്നും അവിടെ ചെന്നപ്പോൾ ഊഹിക്കാനായി.

ഒന്നു കറങ്ങിവന്നാൽ വഴിതെറ്റി തിരിച്ച് ഡിപ്പാർട്ടുമെന്റിൽ എത്താൻ പറ്റിയില്ലെങ്കിലോ എന്നു കരുതി അവൾ വന്ന വഴിയേ തിരിച്ചുപോകാൻ തീരുമാനിച്ചു.

പോരുമ്പോൾ ലൂസിയാനയെ വരാന്തയിൽനിന്നേ കണ്ടതിനാൽ ലൂസിയാനയുടെ റൂം കണ്ടുപിടിക്കുവാൻ ഡിപ്പാർട്ട്മെന്റ് കെട്ടിടത്തിൽ കുറച്ചുകൂടി കറങ്ങി നടക്കേണ്ടി വന്നില്ലായിരുന്നു.

അവൾ എണ്ണൂറു യൂറോ കൈയിൽത്തന്നു.

ഏപ്രിൽ മാസത്തെ സ്റ്റൈപ്പന്റാണ് എന്നുപറഞ്ഞു. എല്ലാ മാസവും ആദ്യദിവസങ്ങളിൽ തന്നെ ഇനി മുതൽ പണം ബാങ്കിൽ വരും. ഇന്നുതന്നെ ബാങ്ക് അക്കൗണ്ട് തുടങ്ങിക്കൊള്ളൂ എന്നും പറഞ്ഞു.

ഹാലോ

ലൂസിയാന തന്നെ എല്ലാ നിർദ്ദേശങ്ങളും തന്നു. നാലു മണിവരെ ബാങ്കുണ്ട്. പല ബാങ്കുകളിൽ ഏതിൽ വേണമെങ്കിലും അക്കൗണ്ട് തുടങ്ങാം. അടുത്തുള്ള ഒരു ബാങ്കിന്റെ സ്ഥാനം സിറ്റിമാപ്പിൽ കാണിച്ചുതന്ന് അത് നല്ലതാണ് എന്നും പറഞ്ഞു.

കൃതികയ്ക്ക് ആകപ്പാടെ ക്ഷീണം അനുഭവപ്പെട്ടു. ഭക്ഷണം കഴിച്ചോ എന്ന് ലൂസിയാന ചോദിച്ചപ്പോഴാണ് അവൾ ഓർത്തത്. രാവിലെ മുതൽ വെള്ളം പോലും കുടിച്ചിട്ടില്ല.

പലതരം പരിഭ്രമങ്ങൾ ഉള്ളിലുള്ളതിനാൽ കഴിക്കുന്നതിനെക്കുറിച്ചോർമ്മിച്ചതേയില്ല. ബ്രെയ്ക്ഫാസ്റ്റ് ബ്രെഡിന്റെ ഒരു കഷണവും കാപ്പിയും മാത്രം കഴിച്ചതാണ്. പക്ഷേ അവൾക്കു വിശക്കുന്നതായി തോന്നിയതേയില്ലായിരുന്നു ക്ഷീണം ഉണ്ടെങ്കിലും.

കഴിച്ചില്ല എന്നും എവിടെയാണ് കഴിക്കാൻ പറ്റുക എന്നും അവൾ ലൂസിയാനയോടുതന്നെ ചോദിച്ചു.

ഇവിടെ ചുറ്റും പല റെസ്റ്റോറന്റുകൾ ഉണ്ട് എന്നും എന്തുതരം ഭക്ഷണമാണ് ഇഷ്ടമെന്നും ലൂസിയാന ചോദിച്ചപ്പോൾ ഊണ് കഴിക്കണമെന്നുണ്ട് എന്നുള്ളിൽ പറഞ്ഞെങ്കിലും 'എന്തെങ്കിലും' എന്നാണ് പറഞ്ഞത്.

ചോറുണ്ടിട്ട് രണ്ട് ദിവസമാവാറായി. പോന്നതിന്റെ തലേദിവസം രാത്രി ഉണ്ടതാണ്. ദുബായിലെത്തിയ ദിവസവും പിറ്റേദിവസം എല്ലാം വ്യത്യസ്തതരം ഭക്ഷണങ്ങൾ ആയിരുന്നു നിതിൻ ട്രീറ്റ് ചെയ്തത്.

അവൻ സാധാരണ യാഥാസ്ഥിതികനെപ്പോലെയാണ് ജീവിതത്തിന്റെ നിലപാടെടുത്തതെങ്കിലും, ഭക്ഷണത്തിൽ ഫാഷൻ കാണിച്ചിരുന്നതായി കൃതികയ്ക്കു തോന്നി.

അവന്റെ മുറിയിൽ ഒരു കട്ടിൽ മാത്രമാണ് ഉള്ളതെന്നതിനാൽ അവർ അതിൽ കിടന്നു തന്നെ ഉറങ്ങിയെങ്കിലും പരസ്പരം തൊടാതിരിക്കാൻ വളരെ ശ്രദ്ധിച്ചിരുന്നു.

ചെറുപ്പം മുതൽ എത്ര തൊട്ടു തീണ്ടി..! എന്നിട്ടിപ്പോ കല്യാണം കഴിക്കുന്നില്ല എന്ന് തീരുമാനിച്ചപ്പോൾ എന്തിനീ നാടകം എന്നവൾക്കു തോന്നി. എങ്കിലും മസിലു പിടിച്ചു തന്നെ അവൾ കിടന്നു.

റൈസും വെജിറ്റബിൾസും ഉണ്ടെങ്കിൽ നല്ലത് എന്നു കൃതിക ലൂസിയാനയോടു പറഞ്ഞു.

വാസ്തവത്തിൽ എന്തുതരം ഭക്ഷണമാണ് എന്നത് അവൾക്ക് പറയാൻ അറിയില്ലായിരുന്നുതാനും.

എങ്കിൽ ഏറ്റവും നല്ലത് ഇവിടെയടുത്തുതന്നെയുള്ള യൂണിവേഴ് സിറ്റി മെൻസായാണെന്നും അവളെ അവിടേക്ക് കൂട്ടിക്കൊണ്ടു പോകാമെന്നും ലൂസിയാന പറഞ്ഞു. അവൾ അവിടെ പോകുന്നു ണ്ടിപ്പോൾ കഴിക്കാൻ എന്നും അവരുടെ കൂടെ കഴിക്കാമെന്നും പറഞ്ഞപ്പോൾ കൃതികയ്ക്ക് സന്തോഷം തോന്നി.

മെൻസ എന്നു വെച്ചാൽ കാന്റീൻ ആണെന്ന് അവിടെ ചെന്നു കണ്ടപ്പോൾ ഏകദേശം തോന്നി. അവിടെ വിലയും കുറവാണ് എന്ന് ലൂസിയാന പറഞ്ഞു.

പക്ഷേ നേരിട്ടു പൈസകൊടുത്ത് വാങ്ങാൻ പറ്റില്ല. യൂണിവേഴ് സിറ്റി കാർഡുള്ളവർക്കെ വാങ്ങാൻ പറ്റൂ. കാർഡില് പൈസ കയറ്റുന്ന മെഷീൻ അവിടെയുണ്ട്. പിന്നെയാ കാർഡ് ഭക്ഷണമെടുത്ത ശേഷം അതിന്റെ വെയ്റ്റ് നോക്കി മെഷീനിന്റെ ഒരു ഭാഗത്ത് ടച്ച് ചെയ്യിപ്പിച്ചാൽ പേയ്മെന്റ് നടക്കും കാർഡിലൂടെ.

അപ്പോൾ കാർഡില്ലാത്തതിനാൽ താൻ കൊടുത്തോളാമെന്ന് ലൂസിയാന പറഞ്ഞു. കാർഡിൽ ഭക്ഷണത്തിന്റെ വിലയായി കാണി ക്കുന്ന തുക ഞാനവർക്ക് കൊടുത്താൽ മതി.

പച്ചിലകൾ കൂടുതലുള്ള സാലഡ് അവൾ സാൻവിച്ച് വാങ്ങിയ കടയിൽ കണ്ടതാണ്. ആ ഇലകൾ എടുക്കാതെ കൂടുതൽ പച്ചക്കറികൾ വേവിച്ചിട്ടതും പഴങ്ങൾ മുറിച്ചിട്ടതും എടുത്തു അവൾ. ബീൻസ്, ക്യാരറ്റ്, വഴുതന, റാഡിഷ്, ഉരുളക്കിഴങ്ങു തുടങ്ങി പലതും ചെറുതായി മുറിച്ചു വേവിച്ചു വെച്ചിരുന്നു. ഓരോന്നും ഓരോ വലിയ ട്രേകളിലാണ്. പഴങ്ങളും അതുപോലെത്തന്നെ.

പിന്നെ ചില കറികളും ചോറും ഉണ്ട്. ആവശ്യത്തിന് വിളമ്പി യെടുക്കാം.

മുറിയുടെ മൂന്നു ഭാഗത്തും ഇവ നിരത്തി വെച്ചിരിക്കുന്നു. ആളുകൾ വരിവരിയായി നടന്നു അവർക്കിഷ്ടമുള്ളതു വേണ്ടത്ര എടുക്കാം. വിഭവസമൃദ്ധമായ ഊണ് കഴിക്കാം എന്നത് അവൾ മനസ്സിലാക്കി. എന്നാലും വിലകൾ എങ്ങനെ എന്ന് അറിയാത്തതിനാൽ അവൾ അത്യാവശ്യം വേണ്ടത് മാത്രം ഏറ്റവും ഇഷ്ടപ്പെട്ടവ നോക്കി എടുത്തു.

ലൂസിയാനയുടെ സൗഹാർദ്ദപരമായ പെരുമാറ്റമാണെന്നു തോന്നി കൃതികയ്ക്ക്. എന്നാൽ വിചിത്രമായി തോന്നിയത് അവരുടെ കൂട്ടുകാരെപ്പറ്റിയാണ്.

ചെന്നതും നാലഞ്ചുപേരുടെ ഗ്രൂപ്പായിട്ടാണ് അവർ കഴിക്കാനിരുന്നതും. മൂന്നു പുരുഷന്മാരും ഒരു സ്ത്രീയും. അതിൽ പുരുഷൻ രണ്ടു വയസ്സു തോന്നിക്കുന്ന ഒരു കുട്ടിയെ എടുത്തിരുന്നു. അത് അയാളുടെ കുട്ടിയാണെന്നും കൂട്ടത്തിലുള്ള സ്ത്രീ അയാളുടെ ഗേൾഫ്രണ്ടാണെന്നും ലൂസിയാന പറഞ്ഞു. കൂട്ടത്തിൽ ഒരു പയ്യനെ കാണിച്ച് അത് തന്റെ ബോയ്ഫ്രണ്ടാണെന്നും പറഞ്ഞു.

ഇരുപത്തഞ്ചും മുപ്പതും വയസ്സുള്ളവരാണെന്നുതോന്നി എല്ലാവരും.

ആരും ഭക്ഷണം കഴിയുന്ന വരെ അവളോടൊന്നും ചോദിച്ചില്ല. ആരും അവളുടെ മുഖത്തേക്കു നോക്കിയിരുന്നുമില്ല. സംസാരിക്കത്തക്കവിധം ഇടയ്ക്കൊക്കെ അവരെയൊക്കെ നോക്കിയെങ്കിലും പിന്നെ ഫ്രൈഡ് റൈസും പച്ചക്കറി സാലഡും ആസ്വദിക്കുന്നതിലേക്കവൾ ശ്രദ്ധ പിടിച്ചുനിറുത്തി.

ഊണിനുശേഷം ബാങ്കിലേക്ക് നടന്നു. പാസ്പോർട്ടും യൂണിവേഴ്സിറ്റി കടലാസുകളും മാത്രം കാണിച്ചാൽ മതി ബാങ്ക് അക്കൗണ്ട് തുറക്കാൻ.

ആ പണിയും പത്തുമിനിട്ടിനുള്ളിൽ തീർന്നു.

ഇനി അതേ ട്രാം സ്റ്റോപ്പിൽതന്നെപോയി നിൽക്കാം. വേണമെങ്കിൽ അതിനുചുറ്റും മാത്രമൊന്ന് കറങ്ങാം എന്നവൾ കരുതി.

അപ്പോഴേക്കും ചെറുതായി മഴ ചാറുന്നുണ്ടായിരുന്നു. ലെതർജാക്കറ്റ് ഉള്ളതിനാൽ കുഴപ്പമില്ല. പക്ഷേ തലയിലേത് കമ്പിളി തൊപ്പിയാണ്. കുടയുമില്ല.

പിന്നെ താമസിയാതെ അവൾ അടുത്ത ട്രാമിൽ താമസസ്ഥലത്തേക്കു പോയി.

അവിടെയെത്തിയപ്പോഴേക്കും മഴ പോയിരുന്നു. എന്നാൽ ഈ പ്രദേശത്തൊന്നു കറങ്ങി നടന്നു കാണാം എന്നു കരുതി അവൾ ചുറ്റും നടന്നു. മനോഹരമായ ചെടികളായിരുന്നു പലയിടത്തും കണ്ടത്. പേരറിയാത്ത ഏതെല്ലാമോ പൂക്കൾ. ഈ മനോഹാരിത ആസ്വദിക്കുന്നതിനിടെ ആവശ്യമായ സാധനങ്ങൾ വാങ്ങിക്കാനുള്ള കടകൾ കണ്ടുപിടിക്കണമെന്ന കാര്യം പോലും അവൾ മറന്നു.

ആറുമണിയോടെ റൂമിലെത്തിയപ്പോൾ ക്ഷീണം തോന്നിയില്ല. പക്ഷേ, കാപ്പി കുടിക്കണമെന്നു തോന്നി. ചൂടുള്ളതെന്തെങ്കിലും അകത്തുചെല്ലാൻ വേണ്ടിയുള്ള തോന്നൽ.

കാപ്പികുടിച്ചുകൊണ്ടിരിക്കുമ്പോഴാണ് ഓർക്കുന്നത് രാത്രി കഴിക്കണമെങ്കിൽ ഒന്നുമില്ല. എന്താണ് വാങ്ങുക. എവിടെ നിന്നാണ് വാങ്ങുക എന്നാലോചിച്ച് പുറത്തിറങ്ങി.

കുറച്ചപ്പുറത്തുതന്നെ ഒരു കടയിൽ ചില്ലുകൾക്കുള്ളിലൂടെ ബ്രഡുകൾ കാണാം. കഫെ എന്നാണ് എഴുതിയിരിക്കുന്നത് എന്നു കണ്ടെങ്കിലും കയറി, ബ്രഡ് വാങ്ങി കൊണ്ടുപോകാൻ പറ്റുമായിരിക്കും എന്നു കരുതി.

അകത്ത് ചില്ലുമേശകൾക്കുള്ളിൽ കെയ്ക്കുപോലുള്ളതും ബൺ പോലെയുള്ളതുമായ പലതരം കണ്ടു. മുക്കാൽ യൂറോ, ഒരു യൂറോ, ഒന്നര യൂറോ എന്നിങ്ങനെ മുകളിലോട്ട്.

അവൾ കുറെ ആലോചിച്ച് ചന്ദ്രക്കല പോലെ നിൽക്കുന്നതും കണ്ടാൽ സോഫ്റ്റാണ് എന്നു തോന്നുന്നതും വിലയിൽ ഏറ്റവും കുറവായ മുക്കാൽ യൂറോയുടെതുമായ ബ്രഡ് നാലെണ്ണം എന്നു കൈകൊണ്ട് കാട്ടികൊണ്ട് പറഞ്ഞു.

എടുക്കുന്ന സ്ത്രീ എന്തോ ചോദിച്ചു. ഒന്നും മനസ്സിലായില്ല. അവർ നാലെണ്ണമെടുത്ത് ഒരു പേപ്പർ കവറിൽ ഇട്ടുതന്നു. അഞ്ചു യൂറോയുടെ ഒരു നോട്ടുകൊടുത്തുകൊണ്ട് കൃതിക കണക്കുകൂട്ടി. മൂന്നു യൂറോ. നൂറ്റെൺമ്പതു രൂപയിൽ കവിഞ്ഞു നാലുബ്രഡിന്റെ കഷ്ണത്തിന്. അവൾ ശ്വാസം പിടിച്ചുകൊണ്ടു നടന്നു.

പക്ഷേ ബാങ്കിലുള്ള പൈസയുടെ കണക്കു നോക്കിയാൽ അതു പോലെ വാങ്ങുന്നതിൽ പിശുക്കു കാണിക്കേണ്ടതില്ല എന്നവൾക്കു ഊഹിക്കാനായി.

ബ്രഡും കൊണ്ട് രാത്രി ഒൻപതുമണിയോടെ ഒരു കാപ്പി കൂടിയുണ്ടാക്കാൻ അടുക്കളയിലേക്കു ചെന്നപ്പോൾ അവിടെയൊരുത്തൻ നിന്നു പാചകം ചെയ്യുന്നുണ്ടായിരുന്നു.

കണ്ടാൽ വിഷ് ചെയ്യുക ഒരു ശീലമാണെന്ന് മനസ്സിലാക്കികൊണ്ട് അവൾ 'ഹാലോ' എന്നു പറഞ്ഞു.

ഇവിടെ എല്ലാവരും 'ഹാലോ' എന്ന് പറയുന്നതാണ് കണ്ടു എന്നു നടിക്കുന്നതിന്റെ ലക്ഷണം. 'ഹാ' എന്ന് നീട്ടി പറയും.

ചിരിക്കണമെന്നോ മുഖത്തേക്ക് നോക്കണമെന്നോ നിർബന്ധമില്ല. മുഖത്തേക്ക് നോക്കിയാൽ പോലും ഒരു സെക്കന്റ് പോലും ആ നോട്ടം തുടരരുത്. അതാണ് മര്യാദ. കണ്ടുന്ന് നടിക്കണം. പക്ഷേ ആവശ്യമില്ലാതെ ഇടപെടലാവരുത്. അവൾക്കത് ഒറ്റദിവസംകൊണ്ട് മനസ്സിലായ വലിയ ഒരു അറിവാണ്.

തിരിച്ചും 'ഹാലോ' എന്നുപറഞ്ഞ അവൻ, കുറച്ചു നിമിഷത്തേക്ക് ഒന്നും മിണ്ടിയില്ല.

പച്ചക്കറിയോ ഇറച്ചിയോ എന്തോ അരിയുന്നതിന്റെയിടയ്ക്ക് പിന്നെ അല്പം ആശ്ചര്യത്തോടെയെന്നപോലെ ചോദിച്ചു.

''ആർ യൂ ന്യൂ, ഹാവന്റ് സീൻ യെറ്റ്!?''

അവന്റെ ചെമ്പൻ മുടിയോടൊപ്പം മുഖം തിളങ്ങിയതായി അവൾക്ക് തോന്നി. ഒരുപക്ഷേ അത്ര സൗഹൃദം പ്രതീക്ഷിക്കാത്തതിനാൽ തോന്നിയതാവാം.

രാവിലെ ഈ ബിൽഡിങ്ങിൽ നിന്ന് ഇറങ്ങിപ്പോകുമ്പോഴും വൈകുന്നേരം ബ്രഡ് വാങ്ങി വരുമ്പോഴും ഡിപ്പാർട്ടുമെന്റിലേക്ക് കയറി പരുങ്ങി നിൽക്കുമ്പോഴും കണ്ട രണ്ടുമൂന്നുപേരൊക്കെ, സ്ത്രീകളും പുരുഷന്മാരും മുഖത്തോടുമുഖം നിന്നപ്പോൾ എന്തെങ്കിലും സംസാരിക്കാൻ ഇടകൊടുക്കാതെ, 'ഹാലോ' എന്നു പറഞ്ഞു പോകുക മാത്രമാണ് ചെയ്തത്.

''യെസ്, ഐ കേം ഓൺലി യെസ്റ്റർഡേ...' എന്ന് പറഞ്ഞ് അവൾ ചിരിച്ചു.

അവനും ചിരിച്ചു.

എന്തും വരട്ടെ എന്നു കരുതി കൃതിക പേര് പറഞ്ഞ് അവനോട് പേരെന്താണെന്നു ചോദിച്ചു. പാട്രിക് എന്നാണെന്നും അവൻ ആസ്ട്രിയയിൽ നിന്നാണെന്നും പറഞ്ഞു.

അവൻ ഒരു സൗഹൃദത്തിനു പറ്റിയ ആളാണെന്നു തോന്നിയതിനാൽ അവൾ ചോദിച്ചു.

''ഡു യു നോ, വേർ ഐ കാൻ ഗോ ഫോർ ഷോപ്പിങ്ങ് നിയർ ബൈ?''

അപ്പോൾ എന്തുവാങ്ങാനാണെന്ന് അവൻ അന്വേഷിച്ചു. ഭക്ഷണസാധനങ്ങൾ മാത്രമാണ് എനിക്ക് വാങ്ങാനുള്ളത് എന്നു പറഞ്ഞപ്പോൾ, ആ ഭാഗത്തുള്ള ഒരു കടയിലേക്ക് അവൻ പിറ്റേ ദിവസം പോകുന്നുണ്ട്, കാണിച്ചുതരാം എന്നു പറഞ്ഞു.

അവൻ പിറ്റേ ദിവസം രാവിലെ പത്തുമണിക്ക് കാണാമെന്ന് പറഞ്ഞു.

അവൾ കാപ്പിയും കൊണ്ടു പോരുമ്പോൾ ബ്രഡ് ചൂടാക്കാനുള്ളതും പാട്രിക് കാണിച്ചുതന്നതിനാൽ ചൂടുള്ള ബ്രഡും കാപ്പിയും കഴിച്ച് സുഖമായി ഉറങ്ങാൻ കഴിഞ്ഞു.

ലൂസിയാന പറഞ്ഞുതന്ന കട ട്രാം സ്റ്റോപ്പിനടുത്തു തന്നെയായിരുന്നതിനാൽ കൃതികയ്ക്ക് പുതിയ ഫോൺ നമ്പർ വാങ്ങാൻ വൈകുന്നേരം തന്നെ സാധിച്ചിരുന്നു. അത് ആക്റ്റിവേറ്റഡ് ആവാൻ കുറച്ചു നേരം പിടിക്കും എന്നുള്ളതിനാൽ വൈകുന്നേരം വീട്ടിലേക്കു വിളിക്കുവാൻ കഴിഞ്ഞില്ല.

ഉറങ്ങും മുൻപ് നോക്കിയപ്പോൾ റിങ്ങ് ചെയ്യുന്നുണ്ട്. പക്ഷേ ആരും എടുക്കുന്നില്ല. എല്ലാവരും ഉറക്കത്തിലായിട്ടുണ്ടാവും. ഇനി അവരെ അർദ്ധരാത്രിയിൽ വിളിക്കേണ്ട എന്നു കരുതി രാവിലെ നേരത്തെ എണീറ്റ് വിളിച്ചാൽ മതിയെന്നു തീരുമാനിച്ചാണ് അവൾ ഉറങ്ങാൻ കിടന്നത്.

അതിരാവിലെ മൂത്രമൊഴിക്കാൻ തോന്നിയാൽ പോലും എഴുന്നേൽക്കാൻ മടിയുള്ള ആൾ, ഫോൺ വിളിക്കാൻ വേണ്ടി എണീറ്റു. ചേട്ടനാണ് ഫോൺ എടുത്തത്. യാത്രാ വിശേഷങ്ങൾ ചോദിച്ചശേഷം ചേട്ടൻ അമ്മയ്ക്ക് ഫോൺ കൊടുത്തു.

എത്തിയ ഉടനെ ഐഎസ്ഡി ടെലിഫോൺ ബൂത്തിൽ കയറി വിളിക്കുവാൻ, അങ്ങനെയൊരു സംവിധാനം ഇവിടെയില്ല എന്നു അമ്മയെയും അച്ഛനെയും ബോദ്ധ്യപ്പെടുത്താൻ കൃതിക പാടുപെട്ടു.

എല്ലാവരോടും ആവശ്യത്തിന് സംസാരിച്ചുവെങ്കിലും കാളിങ്ങ് കാർഡ് പെട്ടെന്ന് തീർന്നതുപോലെ തോന്നി അവൾക്ക്.

വീണ്ടും കുറച്ചുനേരംകൂടി കിടന്നുറങ്ങി.

പിന്നെ റെഡിയായി ഇരുന്നു. പത്തുമണിക്കു പുറത്തിറങ്ങാൻ വേണ്ടി... പാട്രിക്കും കൂടി ഷോപ്പിങ്ങിന് പോകാൻ...

സന്ധ്യയാകാറായപ്പോൾ വെയിൽ

പോസ്റ്റ് കൊളോണിയലിസത്തിൽ ഗവേഷണം നടത്തുന്ന പാട്രിക് വിയന്നയിലെ യൂണിവേഴ്സിറ്റിയിലാണ് ബിരുദാനന്തര ബിരുദം ചെയ്തത്. ഗവേഷണത്തിനായി ജർമനിയിൽ വന്നു. ആസ്ത്രിയ എന്ന രാജ്യത്തിലെയും ഭാഷ ജർമൻ തന്നെയായതിനാൽ എല്ലാം എളുപ്പമാകും അവനെന്നു കൃതികയ്ക്കു തോന്നി.

ഫ്ളാറ്റിലെ മൂന്നാമത്തെ മുറിയിൽ ആരാണെന്ന് കണ്ടില്ല എന്ന് അവൾ നടക്കുന്നതിനിടെ ചോദ്യഭാവത്തിൽ പറഞ്ഞു.

അതിൽ ജർമനിയുടെ വടക്കു ഭാഗത്തെ ഹാംബുർഗ് എന്ന യിടത്തു നിന്നുള്ള ഒരാൾ ആണെന്നും അവന്റെ പേര് ഹാരോൾഡ് എന്നാണെന്നും പാട്രിക് പറഞ്ഞു.

അപ്പോൾ താനല്ലാതെ രണ്ടാളും ഭാഷ നന്നായറിയുന്ന ആളുകളാ ണെന്നു അവൾ ഓർത്തു.

ഇവന്മാരെക്കുറിച്ചു വീട്ടുകാരോട് പറയുന്നതെങ്ങനെയെന്നായി പിന്നെ ചിന്ത...

ആൽഡി എന്ന വിശാലമായ ഷോപ്പിലേക്കാണ് പാട്രിക് കൂട്ടി കൊണ്ടുപോയത്. അവിടെ എല്ലാത്തരം സാധനങ്ങളും കിട്ടും. ബ്രഡുകൾ, ചീസുകൾ, ജാമുകൾ, കാപ്പി, ചായയിനങ്ങൾ, പച്ചക്കറി കൾ, പാൽ, തൈര്, ഇറച്ചി, ബിസ്ക്കറ്റ്, ചോക്കലേറ്റ്, പാസ്ത എന്നിങ്ങനെ പലതിന്റെയും തരങ്ങൾ...

അവൾക്ക് വേണ്ടുന്നതൊന്നു മാത്രമില്ല അരി. പിന്നെയുള്ളത് ഇല്ലെങ്കിലും വേണ്ടില്ല. വെളിച്ചെണ്ണ, കറിപ്പൊടികൾ തുടങ്ങിയവ. അതൊന്നും കിട്ടില്ല എന്നൂഹിച്ചിരുന്നു. അരി കിട്ടില്ലെന്നൂഹിച്ചില്ല. അവൾ അത്യാവശ്യസാധനങ്ങൾ വാങ്ങി.

പാട്രിക് എപ്പോഴേ പണികഴിഞ്ഞ് നിൽക്കുകയാണെന്ന്, ചുറ്റും നോക്കി അവനെ കണ്ടുപിടിച്ചപ്പോൾ തോന്നി. കാശുകൊടുക്കുന്ന തിനുള്ള മൂന്നുവരി ക്യൂകൾക്കടുത്ത് പച്ചക്കറികളും പഴങ്ങളും നോക്കി വെറുതെ നിൽക്കുകയാണ് അവൻ.

പലതിന്റെ വിലകൾ കൂട്ടി എത്രയാകും എന്നവൾ കണക്കു നോക്കി. അവർ പറയുന്നത് ചിലപ്പോൾ മനസ്സിലാകില്ല. പക്ഷേ ക്യൂവിൽ നിന്നപ്പോൾ അവൾ ശ്രദ്ധിച്ചു, ബില്ലിങ്ങ് മെഷീനിൽ എഴുതി കാണിക്കുന്നുണ്ട് എന്ന്. അതുനോക്കിയാലും മതി.

അഞ്ചുയൂറോ എൺപത്തിയാറുസെന്റ്. അവൾ അഞ്ചിന്റെ നോട്ടും ഒന്നിന്റെ നാണ്യവും കൊടുത്തു. ഒന്നും രണ്ടും സെന്റിന്റെ കണക്കുകൾ അവൾക്കു ശല്യം പോലെ തോന്നി. പക്ഷേ അതിന്റെ മൂല്യം ഇവിടെ പ്രധാനമാണ്.

തിരിച്ച് പോകുമ്പോൾ പാട്രിക് പറഞ്ഞു, അടുത്തദിവസങ്ങളിൽ അവൻ വിയന്നയിലേക്ക് പോവുകയാണ്. വീട്ടിൽപ്പോകുകയാണോ എന്ന് ചോദിച്ചപ്പോൾ, അല്ല എന്നും പക്ഷേ ഈസ്റ്ററായതിനാൽ പോകുന്നതാണ് എന്നും പറഞ്ഞു.

വീട്ടിൽ ഈസ്റ്ററാഘോഷിക്കുമോ എന്ന് ചോദിച്ചപ്പോൾ, അവൻ ഗ്രാൻഡ് പേരെന്റ്സിനെ കാണാനാണ് പോകുന്നത് എന്ന് പറഞ്ഞു. കൃതിക ആകെ ആശയക്കുഴപ്പം പോലെ അവന്റെ മുഖത്തേക്ക് നോക്കിയപ്പോൾ,

''ദേ ആർ ഇൻ എ ഹോം ഫോർ ഓൾഡ് പീപ്പിൾ' എന്നാണവൻ പറഞ്ഞത്.

വൃദ്ധസദനങ്ങൾ അവർക്കു സാധാരണമായ ഒന്നാണെങ്കിലും അതിലും ചില വികാരപ്രശ്നങ്ങൾ ചിലർക്ക് ഇന്ത്യയിലേതു പോലെ ഉണ്ടോ എന്നവൾക്കു തോന്നി. സ്വന്തമായി ജീവിക്കാൻ ബുദ്ധിമുട്ടുള്ള എല്ലാ വൃദ്ധരും സ്വയം വൃദ്ധസദനങ്ങളിൽ പോകും. അതിൽ സാമൂഹികമായ ആക്ഷേപങ്ങളൊന്നും മക്കൾ കേൾക്കേണ്ടി വരില്ല. അവർ തമ്മിൽ എന്തെങ്കിലും വൈകാരിക പ്രശ്നങ്ങൾ ഉണ്ടെങ്കിൽ അവർ അതനുസരിച്ചു എന്ത് വേണമെന്ന് ആലോചിച്ച് പ്രവർത്തി ക്കുന്നു, അത്ര മാത്രം.

നടക്കുന്നതിനിടയിൽ അവൻ കാണിച്ചുതന്ന ചില ചെടികളിൽ കോഴിമുട്ടത്തോട് കളർ ചെയ്ത് കുത്തിവെച്ചിരിക്കുന്നു. ചിലയിടത്ത് മുയലുകളുടെ ചിത്രങ്ങളോ പ്രതിമകളോ വെച്ചിരിക്കുന്നു.

മുയലുകൾ കോഴിമുട്ട എവിടെയെങ്കിലും ഒളിപ്പിച്ചുവെയ്ക്കും. അത് കുട്ടികൾ കണ്ടുപിടിക്കണം എന്നതാണത്രെ ഒരു ഈസ്റ്റർ കളിയുടെ സമ്പ്രദായം. വീട്ടിലെ മുതിർന്നവരാണ് ഇത് ഒളിപ്പിക്കുന്നത്. എന്നിട്ടു മുയൽ കൊണ്ടു പോയി ഒളിപ്പിച്ചു എന്ന് പറയും. കുട്ടികൾ കണ്ടുപിടിക്കുമ്പോൾ മധുരങ്ങൾ നൽകും. ചോക്കലേറ്റുകളും കെയ്ക്കു കളുമൊക്കെ.

ആസ്ട്രിയയിലും വീടുകളിൽ കുട്ടികളെല്ലാം വയസ്സു ചെന്ന വരുടെ അടുത്തുചെല്ലും, ഇതാഘോഷിക്കാനത്രെ.

പിന്നീടവൻ പെട്ടെന്ന് വിഷയം മാറ്റുന്നതു പോലെ കാലാവസ്ഥയെക്കുറിച്ചു സംസാരിക്കാൻ തുടങ്ങി. ഈസ്റ്ററിന്റെ ദിവസം ചിലപ്പോൾ സാധാരണയായി മഞ്ഞു വീണ്ടുമൊന്നു പെയ്യുമത്രെ. വിന്റർ കഴിഞ്ഞ് സ്പ്രിങ്ങ് തുടങ്ങിയെന്നാലും...

അവൾക്ക് തിങ്കളാഴ്ചയേ യൂണിവേഴ്സിറ്റി കോഴ്സിന് തുടക്കമാകുകയുള്ളൂ. കൂടുതൽ വിവരങ്ങൾ ഇന്റർനെറ്റിൽ നോക്കി മനസ്സിലാക്കണം. അതിനൊക്കെയുള്ള സൗകര്യം തിങ്കളാഴ്ച യൂണികാർഡ് കിട്ടിയാലെ ചെയ്യാനാകുകയുള്ളൂ. എല്ലാം കാർഡ് ഉപയോഗിച്ചാണ് ഇവിടെ നടക്കുന്നത്.

ശനിയും ഞായറും കുറേ പച്ചക്കറി വേവിച്ചുതിന്നാൻ തീരുമാനിച്ചു കൃതിക. പിന്നെ ന്യൂഡിൽസുപോലുള്ള സ്പഗറ്റി വേവിച്ച് ചേർത്ത് കഴിക്കുന്നതാണ് പറ്റിയ ഒരു ഭക്ഷണം. പിന്നെ പല ഫ്ളേവറിലുള്ള യോഗർട്ട് കട്ടതൈരിൽ സ്ട്രോബറി, ആപ്പിൾ, മുന്തിരി തുടങ്ങിയ സ്വാദ് ഉണ്ടാകും.

മാംസച്ചീളുകൾ പായ്ക്കറ്റിൽ കിട്ടുന്നതും വാങ്ങിയിട്ടുണ്ടായിരുന്നു.

ബ്രെഡ് തിരഞ്ഞപ്പോൾ എല്ലാം നല്ല കട്ടിയുള്ളവ ആയിരുന്നു. പൊതുവെ എല്ലാ ബ്രെഡ് ഇനങ്ങളും കട്ടിയുള്ള കല്ല് പോലെയുള്ളവയായിരുന്നു. അവ തിന്നുമ്പോൾ ശബരിമല അപ്പം തിന്നുന്ന പ്രതീതി ഉണ്ടായിരുന്നു.

ഏകദേശം ഇന്ത്യൻ സോഫ്റ്റ്ബ്രെഡ് പോലെയൊരു പാക്കറ്റ് കിട്ടിയിരുന്നു കുറെ തിരഞ്ഞപ്പോൾ.

പാലിന്റെ പായ്ക്കറ്റ് നോക്കിയപ്പോൾ വിവിധയിനം കണ്ടു. വിലയും വലിയതല്ല. കട്ടൻ കാപ്പിക്ക് പകരമിനി ധാരാളം പാലൊഴിച്ച് കുടിക്കാം, വിശക്കാതിരിക്കാൻ എന്നവൾ കരുതി.

ശനിയാഴ്ച അവൾ ഉച്ചവരെ കിടന്നുറങ്ങി. പിന്നെ സാവധാനം എണീറ്റ് കാപ്പിയും കഴിച്ച് കുളിച്ച് റെഡിയായി ആലോചിച്ചിരുന്നു.

ലാപ്ടോപ്പ് നന്നാക്കാൻ പറ്റിയില്ല. പ്ലഗ്കോഡ് വാങ്ങാൻ ഇലക്ട്രോണിക് ഷോപ്പ് തേടിപോകാൻ തീരുമാനിച്ചു.

പുറത്ത് മഴക്കാറുപോലെ മൂടിയ അന്തരീക്ഷം.

അകത്തിരിക്കുമ്പോൾ തല പെരുക്കുന്നതുപോലെ തോന്നിയിരുന്നു. പുറത്തിറങ്ങിയപ്പോഴാണ് വ്യത്യാസം മനസ്സിലായത്. തണുപ്പാണെങ്കിലും തലയ്ക്കൊരു വെളിവുകിട്ടുന്നതുപോലെ തോന്നി.

സിറ്റിമാപ്പിൽ ഇലക്ട്രിക് ഷോപ്പ് ലൂസിയാന കാണിച്ചുതന്നിരുന്നു. അവൾ ഒരു മാപ്പ് കൃതികയെക്കൊണ്ട് വാങ്ങിപ്പിക്കുകയും ചെയ്തു. കൃതികയ്ക്ക് അതൊരനാവശ്യമായിതോന്നി വാങ്ങിയപ്പോഴെങ്കിലും അവൾ അതു നോക്കി പഠിക്കാൻ തുടങ്ങി.

ഇലക്ട്രിക്കൽ കടയിലേക്കുള്ള വഴിയിൽ കണ്ട ഒരു സ്ത്രീ മാപ്പിലേക്കു നോക്കി നടക്കുന്നതു കണ്ടിട്ടാവാം, ''യു നീഡ് ഹെൽപ്പ്'', എന്നു ചോദിച്ചു.

അവൾക്ക് സന്തോഷവും അത്ഭുതവും തോന്നി. ഇതുവരെയാരും വഴിയിൽ കണ്ടവർ മിണ്ടുകയോ ശ്രദ്ധിക്കുക പോലുമോ ചെയ്തിട്ടില്ല.

അവൾ ആ സ്ത്രീ പറഞ്ഞ വഴിക്കുനടന്ന് ആ കട കണ്ടുപിടിച്ചു. ലാപ്ടോപ്പ് കാണിച്ചുകൊടുത്ത് ഇതിനു പറ്റിയ പ്ലഗ് കോഡ് വേണമെന്ന് പറഞ്ഞു.

കൃതിക അതിൽ നോക്കി വില കണ്ടുപിടിക്കാൻ ശ്രമിച്ചു.

മുപ്പതു യൂറോ എന്ന് എഴുതിക്കണ്ട അമ്പരപ്പോടെ അവൾ ഇതിന്റെ വില കുറഞ്ഞതില്ലേ എന്നൊക്കെ ചോദിച്ചു. ഇത്രയും രൂപ എങ്ങനെ കൊടുക്കും. ഒരു വയറിന്റെ കഷ്ണത്തിനും പ്ലഗിനും കൂടി...!

അവൾ ചോദിച്ചത് മനസ്സിലാകാതെ ആ പയ്യൻ മറ്റൊരു മനുഷ്യനെ ചൂണ്ടിക്കാണിച്ച് എന്തോ പറഞ്ഞു. അവിടെ ചോദിക്കാനായിരിക്കും പറഞ്ഞത് എന്നൂഹിച്ച് അവൾ അവിടെ ചെന്നു ചോദിച്ചു.

അയാൾ മറ്റൊരാൾക്ക് എന്തോ എടുത്തുകൊടുത്ത് വിവരിക്കുകയായിരുന്നു. അതൊന്നും നോക്കാതെ ഇടയ്ക്കുകയറിച്ചോദിച്ചതിൽ നീരസം കാണിച്ചുകൊണ്ട് അയാൾ പറഞ്ഞു.

''പ്ലീസ് വെയ്റ്റ്, ആഫ്റ്റർ ദിസ് കസ്റ്റമർ.''

അവൾ ചുറ്റും നോക്കിനിന്നു. കടയിൽ എടുത്തുകൊടുക്കുന്ന മൂന്നാലുപേരുടെയടുത്തും ബിൽ കൊടുക്കുന്ന ഭാഗത്തുമൊക്കെ ആളുകൾ ക്യൂപോലെ കാത്തുനിൽക്കുന്നു. ക്യൂ എന്ന മര്യാദ ഇവിടെ പ്രധാനമാണ് എന്നവൾക്കപ്പോൾ മനസ്സിലായി.

ഓരോരുത്തരും മുൻപുവന്ന കസ്റ്റമറുടേത് കഴിയാൻ കാത്തുനിന്ന്, പിന്നെ ഹലോ എന്നു പറഞ്ഞ് അവരുടെ ആവശ്യം പറയുകയാണ്.

ഒരാളുമായി ഇടപെട്ടുകൊണ്ടിരിക്കുമ്പോൾ ഷോപ്പിലുള്ളവർ മറ്റാരെങ്കിലും വന്നാലും അവരെ നോക്കുക പോലുമില്ല. അതു കഴിഞ്ഞശേഷം മാത്രമേ അടുത്തയാളെ നോക്കുകയുള്ളൂ.

ഇംഗ്ലീഷ് കുറച്ചു സംസാരിക്കാനറിയുന്നയാളുടെ അപ്പോഴത്തെ കസ്റ്റമർ പോയതും അയാൾ അവളെ നോക്കി.

''ഹലോ, വാട്ട് ഡു യു വാന്റ്'' എന്ന് ചോദിച്ചു.

പുതിയതായി വരുന്നതാണ് ഇവിടെ, ഇങ്ങനെയുള്ള ഇന്ത്യൻ പ്ലഗ് ഇവിടെ പറ്റുന്നില്ല, ഇവിടെ പറ്റുന്ന ഒന്ന് വേണമെന്നെല്ലാം അവൾ വിശദീകരിച്ചു.

അയാൾക്ക് ഏകദേശം മനസ്സിലായ മട്ട്, ചെറിയ ചിരിയോടെയും സൗഹാർദ്ദത്തോടെയും നിന്നു. എന്നിട്ടൊരു ഒരു പായ്ക്കറ്റ് എടുത്തു കാണിച്ച്, ഇവിടെ ഇതുമാതിരിയുള്ളതേ കിട്ടൂ, ഇത് പലതരം ലാപ് ടോപ്പുകൾക്കും പറ്റുന്ന പിന്നുകളും എല്ലാമുള്ള അഡാപ്റ്ററാണ് എന്നൊക്കെ വിശദീകരിച്ചു. അക്കൂട്ടത്തിൽ അവളുടെ ലാപ്ടോപ്പിനു പറ്റിയ പിൻമാത്രം എടുക്കാൻ പറ്റില്ല. എല്ലാംകൂടി വാങ്ങാനേ പറ്റൂ എന്നും പറഞ്ഞു.

നിവൃത്തിയില്ലാതെ കൃതിക അതും വാങ്ങി പോന്നു.

കടകളിലും മറ്റെല്ലായിടത്തും പൊതുവെ പറയുന്ന ഹലോ, ദാങ്കെ ഷോൺ, ബീറ്റെഷോൺ എന്നീ മര്യാദകൾ അവൾ ഓർത്തുവെക്കാൻ ശ്രമിച്ചു.

ഗ്രീറ്റു ചെയ്യൽ, നന്ദി പറയൽ, ക്ഷമ ചോദിക്കൽ, എല്ലാം വളരെ പ്രധാനമാണിവിടെ. ഇന്ത്യയിൽ കുറവുള്ള ശീലം. അതു പഠിച്ചില്ലെങ്കിൽ ഇവിടെ ജീവിക്കാൻ പറ്റില്ല എന്നു കൃതിക സ്വയം താക്കീതു നൽകി.

സമയം അപ്പോഴേക്കും ആറുമണിയാകാറായിരുന്നു. അവൾ എത്രയോനേരം വഴിയന്വേഷിച്ചുനടന്നുവെന്നെ കാര്യം അപ്പോഴാണ് തിരിച്ചറിഞ്ഞത്. പക്ഷേ അന്തരീക്ഷം മൂടിക്കെട്ടിയതുമാറി വെയിലുദിച്ചിരിക്കുന്നു.

കഴിഞ്ഞ രണ്ടു ദിവസവും ശ്രദ്ധിച്ചതാണ്. ആറുമണി, ഏഴുമണിക്കൊക്കെയായാണ് വെളിച്ചം തെളിയുന്നത് കൂടുതൽ. ഇതിപ്പോൾ നല്ല വെയിൽ. സന്ധ്യയാകാറായപ്പോൾ വെയിൽ ലഭിച്ചു എന്നു പറയാം. പക്ഷേ തണുപ്പിന് വലിയ കുറവില്ല. സമയത്തിന്റെയും വെളിച്ചത്തിന്റെയും ഇരുട്ടിന്റെയുമൊക്കെ അർത്ഥമെന്താണ്. എത്രമാത്രം അതിലൊക്കെ വിശ്വാസിച്ചാണ് പല മനുഷ്യരും ജീവിക്കുന്നത്...

കൃതികയ്ക്കവിടെ നിന്ന് അട്ടഹസിക്കുവാൻ തോന്നി.

അതിനിശ്ശബ്ദമായ തെരുവുകളിൽ അവളുടെ അട്ടഹാസം അലയടിക്കുന്നത് അവൾ മനസ്സിൽ കല്പിച്ചുനോക്കി. സങ്കല്പിക്കാൻ മാത്രം പറ്റിയ കാര്യം.

അങ്ങനെയുള്ള സങ്കല്പങ്ങളിൽ മുഴുകി ഇരുളുവീഴും വരെ അവൾ ചുറ്റിനടന്നു, പുറത്ത് ലാപ്ടോപ്പിന്റെ ഭാരം തൂങ്ങിക്കിടന്നിരുന്നെങ്കിലും...

ചുറ്റിക്കറങ്ങി റൂമിലെത്തിയപ്പോൾ പത്തുമണിയാകാറായി. എങ്കിലും സന്ധ്യയായപ്പോൾ കൂടണഞ്ഞല്ലോ.

ഇരുട്ട് വീണ് അധികനേരം ആയില്ലല്ലോ!

അവൾ ചിരിച്ചു.

വിദേശപഠനം

ആദ്യംതന്നെ ക്ലാസ്സിൽവെച്ച് പരിചയപ്പെട്ട തപതിസെൻ ബംഗാളിൽ നിന്നും വന്നിട്ടുള്ളതാണ്.

ഒരേ ക്ലാസ്സിൽ എത്തിയവരിൽ പലരാജ്യത്തിൽ നിന്നുള്ള വരുണ്ട്. ഇന്ത്യയിൽ നിന്നും അഞ്ചുപേർ. അതിൽ രണ്ടു പേരും ബംഗാളിൽ നിന്നാണ്. തപതിയും ഛായനികയും. പിന്നെയുള്ളത് ശാരിക മൽഹോത്രയും സീതാറാം അയ്യരും സുഗുണ മഹാപത്രയും.

ബാക്കിയുള്ളവരിൽ പലരാജ്യങ്ങളിൽ നിന്നുള്ളവരുണ്ട്. ഇന്ത്യ ക്കാരെയും പാക്കിസ്ഥാനിൽനിന്നുള്ള മുസ്തഫയെയും ചൈനയിൽ നിന്നുള്ള യുവാനെയും മാത്രമാണ് രണ്ടുമൂന്നാഴ്ചയ്ക്കുള്ളിൽ കൃതിക പരിചയപ്പെട്ടത്.

ബാക്കിയുള്ള അഞ്ചുപേരിൽ ഒരാൾ ജർമൻ തന്നെയും ഒരാൾ ഇറ്റലിയിൽ നിന്നും മറ്റൊരാൾ സ്പെയിനിൽ നിന്നുമാണെന്ന് തപതി പറഞ്ഞ് കൃതിക മനസ്സിലാക്കി.

ക്ലാസ്സുകൾ കഴിഞ്ഞാൽ പിന്നെ പലരും പല കഫെകളിൽ പോയി രിക്കുകയോ, ലൈബ്രറിയിൽ പോകുകയോ ചെയ്യുന്നു. ക്ലാസ്സിന്ന് ഒരു ബ്രെയ്ക്കുണ്ടെങ്കിൽ മാത്രമാണ് ചിലർ ഒരുമിച്ച് കാപ്പികുടിക്കാൻ പോകുന്നതും പരസ്പരം എന്തെങ്കിലും സംസാരിക്കുന്നതും. അതി നാൽ കൂടുതൽ ആരോടും സംസാരിക്കുവാനും ഇട കിട്ടിയില്ല.

മറ്റു രണ്ടുപേരും ജർമ്മനിയിൽ നിന്നുതന്നെയാണെന്ന് കൃതി കയും തപതിയും ഊഹിച്ചു. അവർക്ക് കഫെകളിൽ പോയാൽ മറ്റു പല പരിചയക്കാർ സംസാരിക്കാനുണ്ടാകും. അവർ നന്നായി ജർമൻ സംസാരിക്കുന്നുണ്ട്. അവർ രണ്ടുപേരും കാമുകീകാമുകന്മാ രാണെന്നും അവർ ഊഹിച്ചു. അവർ ഇടയ്ക്കിടെ ഒഴിവുകിട്ടു മ്പോഴൊക്കെ ചുംബിക്കുന്നത് കാണാമായിരുന്നു.

കഴിഞ്ഞ രണ്ടുദിവസങ്ങളിൽ ഒട്ടും വെയിൽ വീണില്ലായിരുന്നു. മൂടിക്കെട്ടിയ അന്തരീക്ഷം, മഴച്ചാറലും.

അതിനുശേഷം അതിരാവിലെ തന്നെ ആറുമണിക്ക് വെയിലുദിച്ചതു കണ്ടപ്പോൾ കൃതിക ആഹ്ലാദിച്ചു. കർട്ടൺ അരികിലേക്ക് നീക്കിയിട്ട് ചില്ലുജനാലിലൂടെ സൂര്യവെളിച്ചം ഉള്ളിലേക്ക് കടന്നുവന്ന് അവളെ തൊട്ടുണർത്തിയപോലെ അവൾ ചാടിയെഴുന്നേറ്റ് ഷവറിൽ നിന്നു കുളിച്ചു.

വിയർത്തതുപോലെ തോന്നിയിരുന്നു ബ്ലാങ്കറ്റിനടിയിൽ നിന്നും പുറത്തുവന്നപ്പോൾ. മാത്രമല്ലാ, മുറിയിലെ ഹീറ്റിംഗ് കോയിലുകൾക്ക് ചൂടുപോരാ എന്നു തോന്നിയപ്പോൾ തലേദിവസം ഇട്ടിരുന്ന സ്വെറ്ററും സോക്സുമൊക്കെ അഴിച്ചുമാറ്റാതെതന്നെയാണ് കിടന്നുറങ്ങിയത്.

അവൾ വാട്ടർ ബോയിലറിൽ വെള്ളം തിളപ്പിച്ച് ഗ്ലാസ്സിൽ ഒരു എക്സ്ട്രാ സ്ട്രോങ്ങു കാഫീപാഡ് ഇട്ടുവെച്ചു.

നാട്ടിൽനിന്ന് കൊണ്ടുവന്ന ഇൻസ്റ്റന്റ് ബ്രൂകോഫിപൊടി കഴിഞ്ഞപ്പോൾ വാങ്ങിയതാണ്. കാഫീപാഡുകളുടെ പായ്ക്കറ്റ്. കൂടുതലും എസ്പ്രെസോയുടെ കാപ്പിപ്പൊടി പായ്ക്കറ്റുകളാണ് കടയിൽ കണ്ടത്. നാട്ടിൽ സാധാരണ കാപ്പിപ്പൊടി എന്നുവിളിക്കുന്നതോ ഇൻസ്റ്റന്റ് കാപ്പി എന്നു വിളിക്കുന്നതോ ആയ രണ്ടുതരവും കണ്ടില്ല. പകരം മറ്റു പല പല തരങ്ങൾ...

പലതും കണ്ടു. പലതും കാഫിമെയ്ക്കറിൽ വെച്ചുണ്ടാക്കാൻ പറ്റിയതാണെന്നു അവൾ മനസ്സിലാക്കിയിരുന്നു.

കാഫീമെയ്ക്കർ പ്രവർത്തനം വലിയ പിടിയില്ല. അതിനാൽ കാഫീ പാഡ് വാങ്ങിയാൽ മതി എന്നവൾ ഊഹിച്ചു. അരിപ്പവേണ്ട കാപ്പിപൊടി ചെറിയ പാക്കറ്റുകളായി വെച്ചിരിക്കുന്നു. ഒരു കാപ്പിയുണ്ടാക്കാൻ ഒരു പാഡ്.

അത് വാങ്ങുവാനും പരീക്ഷിക്കാനും അവൾ തീരുമാനിച്ചു. ഒരറ്റത്തുനൂൽകെട്ടിയ കാഫീപാഡ് വിജയകരമായതിൽ അവൾ സമാധാനിച്ചു. ഇന്ത്യയിലെ ട്രെയ്നുകളിൽ ചായപ്പൊടിപൊതി ഗ്ലാസ്സിലിട്ട് തത്സമയം ചായയുണ്ടാക്കി തന്ന രീതി കണ്ടിട്ടുള്ളതിനാൽ കഫെ പാഡ് കണ്ടപ്പോൾ കാര്യം മനസ്സിലായി, ഇത് എളുപ്പമാണ്.

കമ്പ്യൂട്ടർ ഓൺചെയ്ത് ടെംപറേച്ചർ നോക്കാൻ മറന്നു. വെയിൽ കണ്ട് തണുപ്പ് കുറവായിരിക്കുമെന്ന് കരുതി. ഹാഫ്കൈ കുപ്പായമിട്ട് ചെറിയ കോട്ടുമാത്രമെടുത്ത് പുറത്തിറങ്ങിയപ്പോഴാണ് മനസ്സിലായത് തൊപ്പിയും ഷാളുമൊക്കെ കെട്ടിവരിയാനുള്ളത്ര തണുപ്പുണ്ടെന്ന്. പറ്റിയ അബദ്ധം മനസ്സിലാക്കി അവൾ തിരിച്ചുനടന്നു. മുറിയിൽ ചെന്ന് നല്ലപോലെ വസ്ത്രങ്ങളെല്ലാം ധരിച്ചു.

കംപ്യൂട്ടർ തുറന്ന് താപനില നോക്കിയപ്പോൾ എട്ടു ഡിഗ്രി കാണിച്ചു. പക്ഷേ ഉച്ചയ്ക്കുശേഷം ഇരുപതു ഡിഗ്രിയാകും.

അവൾ തപതിക്ക് ഒരു മെസേജ് വിട്ടു.

''സീയു ഇൻ ദി ആഫ്റ്റർനൂൺ ഇഫ്‌യു ആർ ഫ്രീ...''

ശനിയാഴ്ചയുടെ പ്രോഗ്രാംസ് എന്താണെന്നറിയില്ല. അവൾ താമസിക്കുന്നത് മറ്റൊരു ബിൽഡിംഗിലാണ്. ആറ് മിനിറ്റ് ദൂര വ്യത്യാസത്തിൽ. പറ്റിയാൽ ഒന്നു ചുറ്റിക്കറങ്ങാൻ പോകാം എന്ന വർ കരുതിയിരുന്നു. ഇതുവരെ സിറ്റി മുഴുവനും കണ്ടില്ല. വഴി കളെക്കുറിച്ച് ധാരണകളും വരുത്തിയിട്ടില്ല.

ഉച്ചവരെ ഒന്ന് നടന്ന് 'ഡോം' കണ്ടുവരാം എന്ന് തീരുമാനിച്ച് കൃതിക പുറത്തിറങ്ങി. ഡോം എന്നാൽ പള്ളിയാണ്. ഫ്രാങ്ക്ഫുർട്ടിലെ ഒരു പ്രധാന കാഴ്ചസ്ഥലം.

തപതിയുടെ മറുപടി വിചിത്രമായി തോന്നി.

''വിവിൽ മീറ്റ് അറ്റ് റ്റൂ പി.എം., ബട്ട് ഐ ഹാവ് റ്റു ഡു സം അദർ തിങ്ങ്സ് ആഫ്റ്റർ ഫൈവ്.''

അവൾ ജർമൻകാരെപോലെ സമയം കൃത്യപ്പെടുത്തിയേ മനു ഷ്യരെ കണ്ടുമൂട്ടൂ എന്നുണ്ടോ?! കൃതികയ്ക്ക് തോന്നിയ അസ്വാസ്ഥ്യം 'ഓക്കെ' എന്നൊരു മറുപടിയിൽ ഒളിപ്പിച്ചു.

രണ്ടു മണി മുതൽ അഞ്ചു മണിവരെ കാണാമത്രെ. ഇന്ന സമയത്തു കണ്ടുമുട്ടിയാൽ ഇന്ന സമയത്തു പിരിയും എന്നു കൂടി തീരുമാനിച്ചാണ് മനുഷ്യർ കണ്ടുമുട്ടുന്നത് ഇവിടെ.

അവൾ മനസ്സിലാക്കിവെച്ച വഴി നോക്കി ഡോം എന്ന സ്ഥലത്ത് പോയി. പള്ളിയല്ലാതെ പ്രത്യേകിച്ച് ഒന്നും കാണാനില്ല. പുരാതന ഗോഥിക് തച്ചുശാസ്ത്രത്തിന്റെ കെട്ടിടമായ ചെങ്കൽക്കളറിൽ നീണ്ടു നിവർന്ന് നിൽക്കുന്ന ഒരു പള്ളി. അതിനുചുറ്റും ചില സോവനീർ ഷോപ്പുകളും. ഫ്രാങ്ക്ഫുർട്ട് എന്നൊക്കെയെഴുതിയ ബനിയനുകളും ബാഗുകളും മറ്റും തൂക്കിയിട്ടിരിക്കുന്നു.

ഒന്ന് കറങ്ങി ചുറ്റും നടന്ന് ഏതോ വഴിയിലൂടെ അറ്റത്തെ ത്തിയപ്പോൾ, പിസ എന്നെഴുതിയ ഒരു റെസ്റ്റോറന്റ് കണ്ടു. ഒട്ടും തിരക്കില്ല. ഒറ്റമനുഷ്യനും അവിടെ കഴിക്കുന്നതും കണ്ടില്ല. അവൾക്ക് അവിടെ കയറി ഒരു പിസ കഴിക്കാമെന്നുതോന്നി.

പിസ തിന്നുവാൻ വലിയ ബുദ്ധിമുട്ടാണ്. കട്ടിയുള്ളതായതി നാൽ കത്തിയുപയോഗിച്ച് മുറിച്ച് മുള്ളുപയോഗിച്ച് തിന്നുന്നത് വലിയ പാടാണ്. അതിനു പാടുപെടുന്ന കാഴ്ച, കാണാൻ ആളുകളൊ ന്നുമില്ലല്ലോ ഇവിടെ. അവൾ ആശ്വസിച്ചു. പൊതുവെ ആരും മറ്റുള്ളവരെ തുറിച്ചുനോക്കുകയോ കമന്റടിക്കുകയോ ചെയ്യില്ല ഇവിടെ എങ്കിലും...

മെനുവിൽ നോക്കി ഒന്നും മനസ്സിലായില്ല. ജർമ്മൻ ഭാഷയിലല്ലാതെ ഇംഗ്ലീഷിലുള്ള മെനു ഉണ്ടോ എന്ന് തിരക്കി. ഇല്ല എന്നു പറഞ്ഞു.

അവൾ ഒരു വിധേന സെർവിങ്ങിന് വന്ന സ്ത്രീയോട് ചോദിച്ച്, പറ്റിയ കോമ്പിനേഷനുള്ള പിസ ഓർഡർ കൊടുത്തു. ഒരു മണിക്കൂറോളം അവിടെതന്നെ ചിലവിട്ടു. അപ്പോഴേക്കും രണ്ടു മണിയാകാറായി.

ഹോപ്റ്റ് ബാനോഫിന്റെ മുൻപിലാണ് രണ്ട് മണിക്ക് വരാൻ തപതി പറഞ്ഞത്.

ഡോം/ട്രോമർ സ്റ്റോപ്പിൽ നിന്നും അഞ്ചു മിനിറ്റുപോലും വേണ്ട മെയിൻ ട്രെയിൻ സ്റ്റേഷനിലെത്താൻ. ഒരു യുബാനിൽ കയറിയാൽ...

മെയിൻ ട്രെയിൻ സ്റ്റേഷനെയാണ് ഹോപ്റ്റ് ബാനോഫ് എന്ന് വിളിക്കുന്നത്. ഹോപ്റ്റ് ബാഹ്ൻ ഹോഫ്, എന്ന് തിരുച്ചുപറയാം. ബാഹ്ൻ എന്നുവെച്ചാൽ ട്രെയിൻ എന്നും യു അണ്ടർ ഗ്രൗണ്ടിലൂടെ പോകുന്നതാണെന്നും കൃതിക മനസ്സിലാക്കി.

സിറ്റിയിലെ ട്രാമുകൾ മാത്രമാണ് അധികവും ആവശ്യമുണ്ടായിട്ടുള്ളൂ.

ഫോപ്റ്റ് ബാഹ്ൻ ഹോഫിൽ, ആദ്യദിവസം എയർപോർട്ടിൽ നിന്നും വന്നിറങ്ങി എന്നതൊഴിച്ചാൽ പിന്നെ അങ്ങോട്ടിതുവരെ പോയിരുന്നില്ല.

അവിടെ രാവിലെ കറങ്ങി, ഇൻഫോർമേഷനിൽ ചോദിച്ചാണ് യുബാനിന്റെ വിവരം മനസ്സിലാക്കിയത്. ഇന്റർനെറ്റിൽ സെർച്ച് ചെയത് കുറച്ചുവായിച്ചു മനസ്സിലാക്കുകയും ചെയ്തിരുന്നു.

തപതി മെയിൻ ഗെയ്റ്റിന്റെ വാതിൽക്കൽതന്നെ നിന്നിരുന്നു. അവൾ ഷേക്ക് ഹാൻഡ് തന്നുകൊണ്ട് ചോദിച്ചു.

‘‘ഹലോ, സൊ വാട്ട് ഡിഡ് യു ഡു ഇൻ ദി മോർണിംഗ്...’’

ഡോം എന്ന കത്ത്രീഡൽ കാണാൻ പോയ വിവരം കൃതിക വിവരിച്ചു. തപതി അത് വന്ന വാരാന്ത്യത്തിൽ പോയിക്കണ്ടിരുന്നു എന്നു പറഞ്ഞിരുന്നു.

പിന്നെ ഗോഥെ ഹൗസിൽ പോയാലോ എന്നവൾ ചോദിച്ചു. കൃതികയ്ക്കും താത്പര്യമുള്ള കാര്യമായിരുന്നു. ഗോഥെയുടെ വീട് ഒരു മ്യൂസിയമായി നിൽക്കുകയാണ്.

വഴിയറിയുമോ എന്ന് കൃതിക അമ്പരന്നു.

ഗൂഗിൾ നോക്കി നടന്നു പോകാനുള്ള വഴി മനസ്സിലാക്കിയിട്ടുണ്ട് എന്ന് തപതി പറഞ്ഞു.

അവർ കൈസർ സട്രസ്സെയിലൂടെ നടന്നു. പിന്നെ പല വഴികൾ തിരഞ്ഞു. അതൊന്നും കൃതികയ്ക്ക് മനസ്സിലായില്ല. അവർ സംസാരിച്ചുകൊണ്ടിരുന്ന വിഷയത്തിലായിരുന്നു അവളുടെ ശ്രദ്ധ.

തപതി എങ്ങനെയാണ് ജർമനിയിലേക്ക് വരാനുണ്ടായ സാഹചര്യം എന്നവൾ ചോദിച്ചു. അവൾക്ക് അതേക്കുറിച്ചധികമൊന്നും പറയാനുണ്ടായിരുന്നില്ല. മുൻപിവിടെ പഠിച്ചുപോയ അവളുടെ സീനിയറായ ഒരാൾ പറഞ്ഞറിഞ്ഞുവെന്നുമാത്രം പറഞ്ഞു.

പക്ഷേ അവൾ വന്നപ്പോഴുണ്ടായ കാര്യങ്ങളെക്കുറിച്ച് അവൾ വാചാലയായി. മാസങ്ങൾക്ക് മുൻപ് എത്തിയതിന്റെ അനുഭവജ്ഞാനം കൂടുതലുള്ള ഒരാളെപ്പോലെ അവൾ സംസാരിച്ചു.

അവളുടെ കുറിയ ശരീരവും കുട്ടികളുടേതുപോലെ കൊഞ്ചലുള്ള സംസാരരീതിയും അതിലടങ്ങിയിട്ടുള്ള വലിയ വലിയ സാമൂഹിക വിഷയങ്ങളുമെല്ലാം തമ്മിലെ വിരോധാഭാസങ്ങൾ ആസ്വദിച്ചുകൊണ്ട് കൃതിക നടന്നു.

ഗോഥെയുടെ ജീവിതം, അയാളുപയോഗിച്ച വീടിന്റെ കെട്ടും മട്ടും, അയാളുടെ എഴുത്തുമേശ, എല്ലാം കൃതികയ്ക്ക് കോരിത്തരിപ്പുണ്ടാക്കി. ലോകത്തിന്റെ വിവിധ ഭാഗങ്ങളിലിരുന്ന മനുഷ്യർ ചിന്തിക്കുകയും പ്രവർത്തിക്കുകയും ചെയ്യുന്ന കാര്യങ്ങൾ അടുത്തറിയുന്നതിലെ ആനന്ദം കൃതികയ്ക്കനുഭവപ്പെട്ടു.

വിദേശത്ത് ഉപരിപഠനത്തിനു പോകണം എന്നു കരുതി ഇന്റർനെറ്റിലും അല്ലാതെയും നടത്തിയ അന്വേഷണങ്ങളിലൂടെയാണ് കൃതിക വരാനിടയായത് എന്ന് തപതി ചോദിച്ചപ്പോൾ പറഞ്ഞുവെങ്കിലും ഇങ്ങനെയുള്ള അനന്തമായ അറിവുകളുടെയും അനുഭവങ്ങളുടെയും ആനന്ദവും ലാക്കാക്കിയിരുന്നതാന്ന് അവൾ പറഞ്ഞില്ല. അതാരും വിശ്വസിച്ചെന്നും വരില്ല.

പിന്നെയിനി കേരളത്തിൽ ജീവിക്കാൻ വയ്യ എന്ന തോന്നലും ഉണ്ടായിരുന്നു. വ്യക്തിപരമായ അനുഭവങ്ങളാൽ...

ഇതൊന്നും കൽക്കട്ട പോലെ വലിയ മെട്രോസിറ്റിയിൽ ജനിച്ചു വളർന്ന തപതിയെ പോലെയുള്ളവർക്ക് മനസ്സിലാകുമോ എന്നുമറിയില്ല. പിന്നെ, അവളും ഒന്നും വിട്ടുപറയുന്നില്ല വ്യക്തിപരമായ കാര്യങ്ങൾ...

അമർത്യസെന്നിന്റെ മോളാണെന്ന ഭാവം പോലെ വലിയ കാര്യങ്ങൾ മാത്രം സംസാരിക്കുന്നവൾ എന്നു നടിക്കുവാൻ പരമാവധി ശ്രമിക്കുകയാണവൾ എന്ന് കൃതികയ്ക്ക് തോന്നിയിരുന്നു.

വലിയ വലിയ പൊതു കാര്യങ്ങളേ താൻ സാസാരിക്കൂ എന്നു ശാഠ്യമുള്ള പോലെ മാത്രം സംസാരിക്കുന്ന തപതിയും മറ്റുള്ളവരുടെ

കാര്യങ്ങൾ, ജീവിതപ്രശ്നങ്ങൾ, ജീവിതാഭിവാഞ്ഛകൾ ഒക്കെ വിശ്വസിച്ചെന്നുവരില്ല.

ആളുകൾക്ക് വിദേശപഠനം, വിദേശത്തു ജോലി എന്നെല്ലാം പറഞ്ഞാൽ സുഖിക്കൽ, കുറേ കാശുണ്ടാക്കൽ എന്നുമാത്രമേ കണക്കാക്കാൻ കഴിയൂ.

ഇടയ്ക്കിടെ മൊബൈലെടുത്തു നോക്കുന്ന തപതി സമയത്തെപ്പറ്റി വേവലാതിപ്പെടുകയാണെന്ന് കൃതികയ്ക്ക് മനസ്സിലായി.

''ഈസ് ഇറ്റ് ടൈം ഫോർ യു റ്റു ഗോ?'' എന്നവൾ കുറച്ചു കഴിഞ്ഞപ്പോൾ ചോദിച്ചു.

''യാ, ഐ തിങ്ക് ഐ ഷുഡ് പുഷ്ഓഫ് ഇൻ ടെൻ മിനുറ്റ്സ്.''

ശരി, എന്നാൽ തിരിച്ച് ഫോപ്റ്റ് ബാനോഫിൽ ചെന്നു തന്നെ പിരിയാമെന്ന് കൃതിക പറഞ്ഞു.

എന്നാൽ അവൾക്ക് വഴി തപ്പേണ്ട കാര്യമില്ലല്ലോ. തപതിക്കു വഴി വ്യക്തമാണ് എന്ന് പറഞ്ഞിരുന്നു. പക്ഷെ അവൾ താമസിക്കുന്ന സ്ഥലം മറ്റൊരു ദിശയിലുള്ള ട്രെയിനിൽ പോയിട്ടാണ്.

അവർ റെയിൽവെ സ്റ്റേഷനിലേക്ക് നടന്നു.

തിരിച്ചു ട്രെയിനിൽ ഇരിക്കുമ്പോൾ മെസ്സേ എന്ന സ്റ്റോപ്പ് അവൾ പ്രത്യേകം ശ്രദ്ധിച്ചു.

എത്രയോ എഴുത്തുകാരുടെ പുസ്തകങ്ങളടങ്ങുന്ന 'ഫ്രാങ്ക്ഫുർട് ബുഹ് മെസ്സേ' എന്ന പുസ്തക പ്രദർശനം നടക്കാറുള്ളത് അവിടെയാണല്ലോ എന്ന്, ഗോഥേയുടെ വീട്ടിൽനിന്ന് പോരുമ്പോൾ ഓർത്താണ്...

ജമന്തിത്തൈ

തപതിയെക്കുറിച്ചാലോചിച്ച്, ഇതൊക്കെയൊരു സൗഹൃദമാണ് എന്ന് പറയാമോ... എന്നിങ്ങനെയുള്ള ചിന്തകൾ മനസ്സിനകം മൂടി ക്കെട്ടിയതു പോലെത്തന്നെ, പുറത്തും അന്തരീക്ഷം മൂടിക്കെട്ടി നിൽക്കുകയാണ്.

കഴിഞ്ഞ ദിവസങ്ങളിലേതുപോലെ വൈകുന്നേരമാകുമ്പോൾ ഒരു തെളിച്ചം വരികയാണെങ്കിൽ പുറത്തിറങ്ങാം എന്നു കരുതി ക്കൊണ്ട് കൃതിക കമ്പിളിക്കുപ്പായമിട്ടുകൊണ്ട് കമ്പ്യൂട്ടറിനു മുൻപിൽ തന്നെയിരുന്നു.

എഴുന്നേറ്റ സമയത്ത് ഒൻപതരമണിയോടെ കാപ്പിയും രണ്ട് ബ്രഡ് സ്ലൈസും കഴിച്ചതാണ്. പിന്നെ മൂന്നരയോടെയാണ് ഈ ഇരുപ്പിൽ നിന്നും എഴുന്നേറ്റത്. ഇടയ്ക്ക് വിശപ്പുതോന്നിയതേയില്ല.

പാസ്തയുടെ പായ്ക്കറ്റ് പൊളിച്ചത് വേവിച്ചും, പച്ചക്കറികൾ മുറിച്ച് വേവിച്ചു ഫ്രീസറിൽ വെച്ച പായ്ക്കറ്റ് വാങ്ങിയതുണ്ടായിരുന്നതും കൂട്ടി മിക്സ് ചെയ്തു. അത് കുറച്ചു തക്കാളി സോസും കൂട്ടി ക്കഴിച്ചപ്പോൾ നന്നായിത്തോന്നി.

പാലും പാസ്തയും പച്ചക്കറിയും കഴിഞ്ഞിരിക്കുന്നു. അത് വാങ്ങാം എന്നു കരുതി പുറത്തിറങ്ങി. ഒരു നടത്തവുമാകും.

കഴിഞ്ഞ നാലഞ്ചു ദിവസത്തെപ്പോലത്തന്നെ വൈകുന്നേരം അഞ്ചു മണികഴിഞ്ഞു താഴെ നല്ല സൂര്യപ്രകാശം പരന്നിരുന്നു. അതിനാൽ സമയത്തെക്കുറിച്ചുള്ള ബോധ്യമില്ലാതെയാണ് അവൾ പുറത്തിറ ങ്ങിയത്.

ഞായറാഴ്ചയായതിനാൽ കടകൾ നാലുമണിയോടെയോ മറ്റോ അടച്ചുപോയിരുന്നു. പിന്നെ വെറുതെ കുറച്ചു കറങ്ങി നടന്ന് തിരിച്ചു മുറിയിലേക്ക് പോന്നു. പിറ്റേ ദിവസം വാങ്ങാം എന്നു കരുതി എങ്കിലും ഇനി കഴിക്കുവാൻ ബ്രെഡും ചീസുമല്ലാതെ മറ്റൊന്നുമില്ലല്ലോ എന്നോർത്തപ്പോൾ അവൾക്കു മടുപ്പുതോന്നി.

തിങ്കളാഴ്ച ക്ലാസ്സുകളൊന്നുമില്ല എന്ന കാര്യം രാവിലെ എണീറ്റപ്പോഴാണ് ഓർത്തത്.

മെയ് ഒന്ന് അവധി.

അത്യാവശ്യ ഭക്ഷണസാധനങ്ങൾ വാങ്ങുവാൻ വേണ്ടി പുറത്തിറങ്ങി നോക്കിയപ്പോൾ കടകളൊന്നും തുറന്നിട്ടില്ല. മെയ്ദിനം മൊത്തമായും അവധിയുള്ള ഒരു പ്രത്യേക ദിനമാണത്രെ ഇന്നാട്ടിൽ.

അന്നും ബ്രഡും കട്ടൻകാപ്പിയും മാത്രം കഴിച്ചിരിക്കാൻ വയ്യ എന്നു കരുതി അവൾ ഒരു റെസ്റ്റോറന്റിൽ പോയി ഭക്ഷണം കഴിക്കാം എന്നു തീരുമാനിച്ചു.

ഒരു ചൈനീസ് റെസ്റ്റോറന്റിൽ കയറി.

റൈസ് എന്നുള്ള ഐറ്റം ആവശ്യപ്പെട്ടു. പച്ചക്കറികളുടെ ഒരു കറിപോലെയുള്ളതും ചോറും.

ചോറുകിട്ടാൻ പറ്റിയ ഏക സ്ഥലം ചൈനീസ് ആണ് എന്ന് കഴിഞ്ഞൊരു ദിവസം ഇവിടെ കയറിയപ്പോൾ മനസ്സിലായിരുന്നു. വിലയും മറ്റു റെസ്റ്റോറന്റുകളേക്കാൾ കുറവാണ്. ചൈനീസുകാരുടേതിൽ നാലഞ്ചു യൂറോയ്ക്ക് ഇങ്ങനെയുള്ള ഭക്ഷണം കഴിക്കാം. ഈ പൈസയ്ക്ക് മറ്റൊരു റെസ്റ്റോറന്റിലും മര്യാദയ്ക്കൊരു ഭക്ഷണം ലഭിക്കില്ല.

ഊണുകഴിച്ച് കുറച്ചുനേരം കൂടി പല ഉൾവഴികളിലൂടെ നടക്കുമ്പോൾ അവൾ ശ്രദ്ധിച്ചു. പല നിറത്തിലുള്ള പൂക്കൾ നിറയെ ഉണ്ടായിത്തുടങ്ങിയിരിക്കുന്നു.

വസന്തത്തിന്റെ മൂർദ്ധന്യമായിത്തുടങ്ങി.

കഴിഞ്ഞ വെള്ളിയാഴ്ച യൂണിവേഴ്സിറ്റിയിൽ നിന്ന് പോരുമ്പോൾ വഴിയിലുള്ള ഒരു പൂക്കടയിൽ കുറേനേരം അവൾ നോക്കിനിന്നിരുന്നു. വെറുതെ ഒരു സന്തോഷത്തിന് തനിക്ക് താൻ തന്നെ ഒരു പൂക്കുട വാങ്ങികൊടുക്കാം എന്നു കരുതി.

സ്വയം സന്തോഷിപ്പിക്കുവാൻ അവൾ പഠിച്ചുവരികയായിരുന്നു.

അങ്ങനെ നോക്കിനിന്നപ്പോഴാണ് ചെറിയ രണ്ടു ചട്ടിയിൽ മഞ്ഞയും ഓറഞ്ചും ജമന്തിപ്പൂക്കൾ ഉള്ള ചെടികൾ. ജമന്തി എന്നോ ചെണ്ടുമല്ലിയെന്നോ മലയാളികൾ വിളിക്കുന്നവ.

ഹായ് ഇന്ത്യൻ പൂക്കൾ, എന്നാണ് മനസ്സിൽ വന്നത്.

അവൾ അത് വാങ്ങുന്നെന്ന് കടക്കാരനോട് ഇംഗ്ലീഷിൽ പറഞ്ഞു. അയാൾ എത്ര ചട്ടിവേണമെന്നു ഇംഗ്ലീഷിൽ ചോദിച്ചതു കേട്ട് അവൾക്കു സംസാരിക്കാൻ ഉന്മേഷം തോന്നി. ഈ ചെടി എവിടുന്നാണ് കിട്ടിയത് ഇത് ജർമനിയിലുണ്ടോ ഇന്ത്യനല്ലേ എന്നൊക്കെ അവൾ ചോദിച്ചു.

അവൾ ഇന്ത്യയിൽ നിന്നാണോ എന്നു ചോദിച്ചുകൊണ്ട്, എന്നാൽ ഇത് ഇന്ത്യൻ അല്ല കേട്ടോ എന്നും പറഞ്ഞു.

ഇത് മെക്സിക്കൻ മാരിഗോൾഡ് ആണ് എന്ന് പറഞ്ഞു.

തിരിച്ചു മുറിയിലെത്തിയതും അവൾ ഗൂഗിളിൽ തിരഞ്ഞു. മാരിഗോൾഡ് ഒറിജിൻ എന്നിങ്ങനെ.

ശരിയാണ്, മധ്യഅമേരിക്കയിൽ നിന്നും പതിനാറാം നൂറ്റാണ്ടിൽ പോർച്ചുഗീസുകാർ കണ്ടെടുത്ത് യൂറോപ്പിലേക്കും ഇന്ത്യയിലേക്കും കൊണ്ടുവന്നതാണ് ജമന്തിപൂക്കളായ മാരിഗോൾഡ്. കോളനിവത്കൃത ഇന്ത്യയിൽ ബ്രിട്ടീഷുകാരും അത് നട്ടുപിടിപ്പിച്ചു. പിന്നീട് ഇന്ത്യയിൽ ഇത് വലിയ പൂജാ പ്രാധാന്യവും അലങ്കാരത്തിനെടുക്കുന്നതും ആയിട്ടുള്ള പൂവായി മാറി. ഏതായാലും ജമന്തിയെ ജനലിനരികത്ത് വെച്ചപ്പോൾ അവൾക്കൊരു സന്തോഷം തോന്നി.

അതിനു വെള്ളവും വെളിച്ചവും വേണം വളരാൻ എന്ന് പൂച്ചെടി വിറ്റയാൾ പറഞ്ഞിരുന്നു. അതവൾക്കറിയാത്തതുമല്ല. അതിനാൽ വെയിൽ വരുമ്പോഴൊക്കെ അതിനെ ജനലിനു പുറത്തേക്ക് വെയ്ക്കുകയും അല്ലാത്തപ്പോൾ അകത്തുവെയ്ക്കുകയും ചെയ്യാം എന്ന് കൃതിക കരുതി.

ചൊവ്വാഴ്ച രാവിലെത്തന്നെ പതിനെട്ടു ഡിഗ്രിക്കടുത്ത് താപനില വന്നു. പുറത്തിറങ്ങാൻ തുടങ്ങിയ നേരത്ത് വലിയ ജാക്കറ്റും ജീൻസിനടിയിലെ ടൈറ്റ്സും ഒന്നും വേണ്ട എന്നവൾക്കാശ്വാസം നൽകി. ഉച്ചയ്ക്കുശേഷം ഇരുപത്തെട്ടു ഡിഗ്രിവരെ ചൂടുണ്ടായിന്ന് ലാപ്ടോപ്പിൽ ഓൺലൈനായി അവൾ കണ്ടു.

കേരളത്തിലെ വേനലിലാണെന്നപോലെ തോന്നിയവൾക്ക്.

ലൈബ്രറിയിൽ തൊട്ടടുത്ത സീറ്റിൽ വന്നിരുന്ന പെൺകുട്ടി വന്നപാടേ ജീൻസും ടോപ്പും ഊരി നിലത്തിട്ടതുകണ്ട് അവൾ തെല്ലമ്പരന്നു. ആ പെൺകുട്ടി നനുത്ത ടൈറ്റ്സും നനുത്ത പെറ്റിക്കോട്ടുപോലുള്ള ടോപ്പും ഇട്ടുകൊണ്ടിരുന്നു വായന തുടങ്ങി.

കൃതികയ്ക്കും വല്ലാത്ത ഉഷ്ണം തോന്നി. എങ്ങും ഫാൻ എന്ന യന്ത്രം ഇല്ലല്ലോയിവിടെ!

അവൾ എഴുന്നേറ്റു.

ജീൻസിനടിയിൽ ടൈറ്റ്സ് ഇട്ടിട്ടില്ലെങ്കിലും കോളറും കൈയ്യുമുള്ള കുപ്പായത്തിനുമുകളിൽ കോട്ട് ധരിച്ചിട്ടില്ലെങ്കിലും നല്ല ചൂട്.

ഇരുപത്തഞ്ചിൽ കൂടുതൽ ചൂടു വരുമെന്നറിയുമായിരുന്നെങ്കിൽ കൈയും കോളറുമൊന്നുമില്ലാത്ത വല്ല നനുത്ത കുപ്പായവും ധരിച്ചാ മതിയായിരുന്നു.

അവൾ നേരെ താമസസ്ഥലത്തേക്ക് പോയി. പോകും വഴിയെല്ലാം അർദ്ധനഗ്നരായ പെൺകുട്ടികളെ കണ്ടു. ക്ലാസ്സിലെ കൂട്ടരെയൊന്നും എവിടെയും കണ്ടില്ല. ഒൻപതുമുതൽ പന്ത്രണ്ടുവരെയുള്ള ക്ലാസ്സിനു ശേഷം ഓരോരുത്തരും എവിടെപ്പോയി എന്നറിയില്ല.

കൃതിക മുറിയിൽ വന്ന് വസ്ത്രങ്ങൾ അഴിച്ചുമാറ്റി. ബ്ലാങ്കറ്റിനെ ഒരു വശത്തേക്ക് തള്ളിക്കൊണ്ട് കട്ടിലിൽ നിവർന്നു കിടന്നു. കുറച്ചു കഴിഞ്ഞപ്പോൾ തിരിഞ്ഞും മറിഞ്ഞും കിടന്നു. മലർന്നും കമിഴ്ന്നും പലപ്രാവശ്യം തിരിഞ്ഞും മറിഞ്ഞും കിടന്നു. സ്വന്തം ശരീരഭാഗങ്ങളുടെ ഓരോ കോണുകളിലേക്കും നോക്കിക്കൊണ്ട്...

പിന്നീടെപ്പോഴോ ഭ്രാന്തിനു കുത്തിവെയ്ക്കപ്പെട്ട പോലെ അവൾ ഉറങ്ങിപ്പോയി. ഉറക്കത്തിന്റെ ആഴത്തിലും ഒരു മനുഷ്യനെയും അവൾ സ്വപ്നം കണ്ടില്ല.

ഇരുട്ടുമാത്രം... കട്ടകുത്തി നിൽക്കുന്ന ഇരുട്ട്...

ഇരുട്ടിന്റെ ആഴത്തിൽ നിന്ന് പെട്ടെന്ന് ചാടിയെഴുന്നേറ്റു നോക്കിയപ്പോൾ അവൾ ഉണർന്നെണീറ്റിരിക്കുകയായിരുന്നു.

ചുരുട്ടികൂട്ടിയ ബ്ലാങ്കറ്റ് ഒരുചെറിയ പർവ്വതം പോലെ കിടയ്ക്കക്കൊരുവശത്ത് കിടക്കുന്നു.

സന്ധ്യയായിതുടങ്ങിയതുപോലെ അരണ്ട വെളിച്ചം മാത്രം മുറിയിൽ. അവൾ എഴുന്നേറ്റ് ജനാലയ്ക്കരികിൽ നിന്നു നോക്കി. പെട്ടെന്നൊരു കാറ്റിലെന്നപോലെ കുറച്ചു മഴത്തുള്ളികൾ ചില്ലിൽ വന്നു പതിച്ചു.

ഒരു ഞെട്ടലോടെ മാരിഗോൾഡ് ചില്ലിനപ്പുറത്ത് ചെരിഞ്ഞ് വീണു. കൃതിക ജനൽ തുറന്ന് അതിനെ ഉള്ളിലേക്ക് വെച്ചു.

കമ്പികളില്ലാത്ത ജനലിന്റെ ചില്ലുവാതിൽ തുറന്നാൽ പുറത്തേക്കു ചാടാനും എളുപ്പമാണ്.

കൃതിക ആലോചിച്ചുകൊണ്ട്, മഴച്ചാറൽ കൊണ്ടുകൊണ്ട്, സന്ധ്യ മയങ്ങുന്നതും നോക്കിനിന്നു.

ശബ്ദമുണ്ടാക്കുന്ന ഒരു ക്ലോക്ക് ഉണ്ടായിരുന്നെങ്കിൽ, ഇപ്പോൾ ഒൻപതു മണിയടിക്കുന്നതു കേൾക്കാമായിരുന്നു എന്നവൾക്കു തോന്നി.

അഡോപ്റ്റഡ് ഫ്രം ഇന്ത്യ

യൂബി എന്നുവിളിക്കുന്ന യൂണിവേഴ്സിറ്റി ബിബ്ലിയോത്തെക് വലിയ ബിൽഡിങ്ങുകളാണ്. ലൈബ്രറി എന്ന പ്രയോഗമില്ലിവിടെ. ബിബ്ലി യോത്തെക് എന്നു പറയാനുള്ള കഷ്ടപ്പാട് പ്രമാണിച്ചായിരിക്കും എല്ലാവരും യുബി എന്ന് പറയുന്നത്.

ആദ്യമായിട്ടു കേട്ടപ്പോൾ കൃതിക വിചാരിച്ചത് യൂണിവേഴ്സിറ്റി ബസ് എന്നാണുദ്ദേശിച്ചതെന്നാണ്. കേരളത്തിൽ അങ്ങനെയാണല്ലോ ഒരു യുബി പ്രയോഗമുള്ളത്. യുബിയിൽ പോകുന്നു എന്നൊക്കെ അയൽപക്കത്തെ യൂണിവേഴ്സിറ്റിയിൽ പഠിക്കുന്ന ചേച്ചി പറഞ്ഞു കേട്ടിട്ടുണ്ട്.

യുബിയിൽ വരുന്നോ എന്ന് യുവാൻ എന്ന ചൈനക്കാരൻ ഒരു ദിവസം ഉച്ചയ്ക്ക് ക്ലാസ്സ് പിരിഞ്ഞപ്പോൾ ചോദിച്ചു. അങ്ങനെ യൂണിവേഴ്സിറ്റിക്ക് പ്രത്യേക ബസ്സുണ്ടോ, അല്ലെങ്കിൽ യുബാഹ്ൻ എന്നതുപോലെ എന്തോ തന്നെയോ... എന്ന് ചോദിച്ചപ്പോഴാണ് ലൈബ്രറി എന്ന കാര്യം മനസ്സിലായത്. വരുന്നോ എന്ന് അങ്ങനെ യൊന്നും ആരും ചോദിക്കാറില്ല പൊതുവെ.

ഇവൻ ഏഷ്യക്കാരനായതുകൊണ്ട് അല്പം വ്യത്യാസമുള്ളതാണോ എന്നൊരു സാംസ്കാരികചിന്ത അവൾക്കു തോന്നി.

അന്നവൾ അവന്റെ കൂടെ യുബിയിൽ പോയി. ഓൺലൈനായി ബുക്കു സെർച്ച് ചെയ്യുന്നതും ഓർഡർ ചെയ്യുന്നതുമൊക്കെ എങ്ങനെ യെന്ന് അവൻ കാണിച്ചു തന്നു. ഓരോരുത്തർക്കും കിട്ടുന്ന യൂണി കാർഡിൽ ബിബ്ലിയോത്തിക് നമ്പർ ഉണ്ട്.

അതായത് നമ്പർ അടിച്ചുകൊടുത്തു ലോഗിൻ ചെയ്താൽ ബുക്കുകൾ ഓർഡർ ചെയ്യാനും മറ്റും പറ്റും. അവിടെയുള്ള കമ്പ്യൂ ട്ടറുകളിൽ നിന്നോ സ്വന്തം ലാപ്ടോപ്പിൽ നിന്നോ ഇത് ചെയ്യാം.

യുവാന്റെ ഇംഗ്ലീഷ് വളരെ മോശമായിരുന്നു. അവന് ജർമൻ നന്നായി സംസാരിക്കാൻ പറ്റും. പക്ഷേ, ഇംഗ്ലീഷ് പറ്റില്ല. കൃതികയ്ക്ക് തിരിച്ചും.

അവൻ കുറേ വൈകിയേ തിരിച്ചുപോകൂവെന്നു പറഞ്ഞിരുന്നു. ഒരു മണിക്കൂറിനകം താൻ തിരിച്ചുപോകുമെന്നു പറഞ്ഞ് കൃതിക യുവാനോട് ബൈ ബൈ പറഞ്ഞു.

ഒരു വിധേന കാര്യങ്ങൾ മനസ്സിലാക്കി അവരവരുടെ ആവശ്യങ്ങൾക്കുള്ള പുസ്തകങ്ങൾ നോക്കി. കുറച്ചുനേരം പുസ്തകങ്ങളുടെയിടയിലൂടെ നടന്ന് കാറ്റലോഗിൽ കണ്ടുവെച്ച രണ്ടു പുസ്തകങ്ങൾ എടുത്ത് അവൾ പുറത്തേക്കു നടന്നു.

പുറത്തുപോകും മുൻപ് ടോയ്‌ലറ്റിൽ പോകണമെന്നു തോന്നിയതിനാൽ ലാപ്ടോപ്പും പുസ്തകവും തിരികെ മേശപ്പുറത്തു വെച്ചു. അവിടവിടെയായി കുറെ മേശകളും കസേരകളും ഓരോ മേശയ്ക്കു മുന്നിലും ലൈറ്റും ഉണ്ട്.

ടോയ്‌ലറ്റിൽ നിന്നിറങ്ങുമ്പോൾ ഒരു ഇരുനിറക്കാരിയായ പെൺകുട്ടി വാഷ്ബേസിനടുത്തു നിൽക്കുന്നുണ്ടായിരുന്നു. കൃതിക കൈ കഴുകുമ്പോൾ അവൾ അവിടെത്തന്നെ നിൽക്കുകയും ശ്രദ്ധിക്കുകയുമാണെന്ന് തോന്നി.

സാധാരണയായി ടോയ്‌ലറ്റിൽ നിന്നുവന്നാൽ വാഷ്ബൈസിന്റെയടുത്തുള്ള സോപ്പ് ലിക്വിഡ് ഉപയോഗിച്ച് എല്ലാവരും കൈ കഴുകും. സോപ്പിന്റെയൊന്നുമാവശ്യമില്ല എന്നു തോന്നിയിട്ടുള്ളതിനാൽ കൃതിക സോപ്പ് എടുക്കാനേ പോകാറില്ല.

ടോയ്‌ലറ്റിൽ വെള്ളം കിട്ടാത്തതിനാൽ പേപ്പർ പ്രയോഗം ഒഴിവാക്കാനാവില്ല. എന്നാലും തോന്നും പക്ഷേ, കൈ സോപ്പിട്ടു കഴുകേണ്ട ആവശ്യമൊന്നുമില്ല. മാത്രമല്ല ഓരോ ടോയ്‌ലറ്റിലും പലതരങ്ങളായ സോപ്പുപെട്ടികളായതിനാൽ അതെവിടെ എങ്ങനെയൊക്കെയാണ് സോപ്പ് വരിക എന്നു നോക്കാനും മടി തോന്നാറുണ്ട്.

കൂടാതെ അത്ര വിശദമായി സോപ്പൊക്കെയിട്ടാൽ കൈ നല്ല പോലെ വെള്ളത്തിൽ നനച്ച് കഴുകണം. തണുപ്പിൽ അതൊക്കെ മടിയാകും. ചില പൈപ്പുകളിൽ ചിലപ്പോൾ പെട്ടെന്ന് ചൂടുവെള്ളം കിട്ടുകയുമില്ല.

ആ കുട്ടി നോക്കിനിൽക്കുകയല്ലെ എന്നു കരുതി കൃതിക സോപ്പ് ലിക്വിഡ് എടുക്കാൻ നോക്കി. ചുമരിൽ ഘടിപ്പിച്ചിട്ടുള്ളതിന്റെ എവിടെ എങ്ങനെ ഞെക്കണം എന്നത് വിചാരിച്ചപോലെ മനസ്സിലായില്ല.

''ഓ.. ഹൗടു ടെയ്ക്കിറ്റ്...!''

അവൾ ആ പെൺകുട്ടിയുടെ മുഖത്തുനോക്കി. അവൾ മിണ്ടാനൊരു സാഹചര്യം കിട്ടാനായി നിന്നിരുന്നതുപോലെ, അതു കാണിച്ചുതന്നുകൊണ്ടുപറഞ്ഞു.

''യു ക്യാൻ പ്രെസ്സ് ഹിയർ.''

കൃതിക കൈകഴുകുമ്പോൾ അവൾ ചോദിച്ചു.

''ആർ യു ഫ്രം ഇന്ത്യ?''

''യെസ്... ആൻഡ് യു ആൾസോ?'' കൃതിക സന്തോഷത്തോടെ ചോദിച്ചു.

പ്രത്യേകിച്ചും ഇംഗ്ലീഷിൽ ഇങ്ങോട്ടിങ്ങനെയെന്തെങ്കിലും ചോദിച്ചു കൊണ്ട് പരിചയമില്ലാത്തവരധികം വരില്ലിവിടെ. ഇന്ത്യക്കാരെപ്പോലെ തോന്നിക്കുന്നവർപോലും.

''നോ നോ... ആം ജർമ്മൻ, ഐ വാസ് അഡോപ്റ്റഡ് ഫ്രം ഇന്ത്യ.''

അവൾ സാധാരണ മട്ടിൽ പറഞ്ഞു.

കൃതികയ്ക്ക് ഉള്ളിലൊരു അമ്പരപ്പ് തോന്നിയെങ്കിലും ഒന്നും കാണിക്കാതെ സാധാരണ മട്ടിൽ പറഞ്ഞു, താൻ കേരളത്തിൽ നിന്നാണ് എന്ന്. അവൾ അവിടെ ഏതിലാണ് പഠിക്കുന്നത് എന്നും ചോദിച്ചു.

അവളുടെ പേര് സിമ്രാൻ എന്നാണെന്നും അവൾ സയൻസിൽ ബാച്ചിലർ ഡിഗ്രി കഴിയാറായി എന്നും പറഞ്ഞു. അവളുടെ മാതാ പിതാക്കൾ ജർമ്മൻകാരാണ്. അവർ ഇരുപത്തഞ്ചുകൊല്ലം മുമ്പ് ഇന്ത്യയിൽ പോയിരുന്നു. അവിടെനിന്നും അവളെ ദത്തെടുത്തു പോന്നു.

കൃതിക കരുതി, തന്റെ അതേ പ്രായം... തൊലിനിറവും മുഖ ത്തിന്റെ പ്രത്യേകതയും എല്ലാം വിളിച്ചു പറയുന്നുണ്ട് അവളുടെ ഭാരതീയത്വം. തടിച്ച പ്രകൃതം. അല്പം ചുരുണ്ട മുടി വെറുതെ പിന്നാക്കം കെട്ടിവെച്ചിരിക്കുന്നു. തീരെ ഉന്മേഷമില്ലാത്ത പോലെ തോന്നും അവളെ കണ്ടാൽ. മുഖം ശാന്തമെങ്കിലും ആശയക്കുഴപ്പം പിടിച്ചപോലെയും തോന്നും.

പക്ഷേ വളരെപ്പെട്ടെന്നുതന്നെ അവളുടെ സ്വഭാവം അഥവാ മനസ്സ്, അഥവാ രീതി, അടിസ്ഥാനപരമായി ജർമ്മനാണ് എന്നു തോന്നിക്കും വിധം അവൾ ചോദിച്ചു.

''മേബി വി കുഡ് മീറ്റ് ഫോർ എ കോഫി ഓർ സോ.. ലേറ്റർ?''

ഒരു കാപ്പി കുടിക്കാൻ ചേരാം, എന്ന് ഏതു സമയത്ത് എന്ന്!

നമുക്കൊരു കാപ്പികുടിക്കാൻ പോയാലോ എന്ന് ചോദിക്കുന്നതിന് പകരം, 'എപ്പോഴാണ് ഒരു കാപ്പി കുടിക്കാൻ കണ്ടുമുട്ടുക' എന്നാണു അവൾ ചോദിക്കുന്നത്.

അങ്ങനെ അടുത്ത തിങ്കളാഴ്ച ഉച്ചയ്ക്ക് രണ്ടു മണിക്ക് യുണിവേഴ് സിറ്റിയുടെ കഫേയിൽ കാണാം, എന്ന് അപ്പോയ്മെന്റ് ഫിക്സ് ചെയ്ത് അവൾ പോയി.

അവൾ ഇന്ത്യയിലേക്ക് പോയിട്ടില്ല, ഇന്ത്യയെക്കുറിച്ചു കുറെ അറിയണമെന്നുണ്ടെന്നും പറഞ്ഞു.

അന്നൊരു ബുധനാഴ്ചയായിരുന്നു.

ജർമ്മനിക്കാർക്ക് മിറ്റ് വോഹ്.

ബുധൻ എന്ന ആഴ്ചയുടെ ജർമ്മൻ വാക്ക് കൃതികയ്ക്ക് വളരെ ആശയക്കുഴപ്പമുണ്ടാക്കിയിരുന്നു.

വന്നതിന്റെ രണ്ടാഴ്ചയ്ക്കുശേഷം റെസിഡന്റ് പെർമിറ്റ് എടുക്കുന്ന ഓഫീസിൽ പോയി. എപ്പോഴൊക്കെയാണ് ഓഫീസ് സമയമെന്നഴുതിയ ഒരു സ്ലിപ് അവിടെനിന്നും തന്നിരുന്നു. ആഴ്ചയിലെ അഞ്ചു ദിവസങ്ങളിലും ഏതുസമയങ്ങളിലൊക്കെ ഈ ഓഫീസ് ഉണ്ടാകും എന്ന് ഇതിലുണ്ട് എന്നു പറഞ്ഞാണ് റിസപ്ഷനിലെ സ്ത്രീ അതു തന്നത്.

അവൾ പോയ സമയത്ത് പ്രവർത്തന സമയമായിരുന്നില്ലാത്തതിനാൽ ആ സ്ലിപ്പും വാങ്ങിപ്പോന്നു.

മൊൺടാഗ്, ഡെയ്ൻസ്റ്റാഗ് എന്നിങ്ങനെ ബുധനൊഴികെ എല്ലാ ദിവസങ്ങളും 'ടാഗ്' എന്നവസാനിക്കുന്നു. ടാഗ് എന്നാൽ ദിവസം എന്ന് തന്നെ അർത്ഥം. പക്ഷേ ബുധൻ മാത്രം 'മിറ്റ് വോഹ്' ആണ്. ആഴ്ചയുടെ നടുക്കുള്ള ദിവസം എന്നർത്ഥം വരും പോലെ.

ശനിയും ഞായറും ഒരു ഓഫീസും പ്രവർത്തിക്കുകയില്ല. ഇത് കൃതികയ്ക്കു മനസ്സിലായി.

അപ്പോയമെന്റ് ഫിക്സ് ചെയ്യാൻ ചിന്തിക്കുന്നതിനിടെ സിമ്രാൻ സ്വയം പറയുന്നതു കേട്ടു.

''ഹോയ്റ്റെ ഈസ്റ്റ് മിറ്റ് വോഹ്... ആം മിറ്റാഗ് ഇസ് റ്റ് കൈൻ ക്ലാസ്സെ ആബെൻഡ്സ് ഇഹ് ഹാബെ ഐൻ പ്രോഗ്രാം...''

ഇന്ന് ബുധൻ ഉച്ചയ്ക്ക് എനിക്ക് ക്ലാസ്സില്ല. വൈകുന്നേരം എനിക്കൊരു പ്രോഗ്രാമുണ്ട് എന്നിങ്ങനെയാണ് അവൾ പറഞ്ഞു കൊണ്ട് ചിന്തിച്ചത്.

കൃതിക മനസ്സിൽ പഠിച്ചു. ഇങ്ങനെയോരോ സാഹചര്യത്തിലൂടെ പഠിക്കുന്നതാണെങ്കിൽ പഠിച്ചുപോകും. അല്ലാതെ ഭാഷയിരുന്നു പഠിക്കുന്നതിൽ അവൾക്കൊട്ടും താത്പര്യം തോന്നാറില്ല. മാത്രമല്ല ആദ്യം കുറച്ചു പഠിച്ചു വന്നത് മറന്നും പോകുന്നു. പ്രയോഗത്തിലൂടെയിങ്ങനെ പഠിച്ചാലായി. കൃതിക കരുതി. പക്ഷേ ഭാഷയില്ലാതെ ഇവിടെ ജീവിച്ചുപോവുക കഷ്ടംതന്നെ.

എഞ്ചിനിയറിങ്ങ് കോഴ്സ് പഠിക്കാൻ ഇവിടുത്തെ പിള്ളേരെ കിട്ടാത്തതിനാൽ മറ്റു രാജ്യങ്ങളിൽനിന്നും വിദ്യാർത്ഥികളെ ആകർഷിക്കാനും വേണ്ടി ഈ കോഴ്സ് ഇംഗ്ലീഷിലാക്കിയതാണ്. ലെക്ചർ മാത്രം ഇംഗ്ലീഷിൽ നടത്തി മറ്റെന്തു സംസാരിക്കുന്നതും ജർമ്മനിയിലാകാനാണ് പ്രൊഫസർമാർക്കും താത്പര്യം.

സ്വന്തം ആവേശവും ആവശ്യവും കൊണ്ടാണ് സിമ്രാൻ പോലും ഇംഗ്ലീഷിൽ സംസാരിക്കാൻ വന്നത്. അവൾക്ക് ഇന്ത്യയെക്കുറിച്ചറിയണം. അതാണ് കാര്യം. എന്നാലും, നിന്നനിൽപിൽ കൂടുതൽ സംസാരിക്കാൻ തയ്യാറല്ല. സമയം തീരുമാനിച്ചുവേണം സംസാരിക്കാൻ. ജർമ്മൻ രീതിയനുസരിച്ച് സുഹൃത്തുക്കളുടെയിടയിലും കൂടി അങ്ങനെയാണെന്നാണ് മനസ്സിലാക്കുന്നത്.

എങ്കിലും വലിയ മര്യാദയാണ്. ഇന്നിപ്പോൾ സമയമില്ല. മറ്റൊരു സമയം ഇതാണ്. അപ്പോൾ തനിക്കു സമയമുണ്ടോ എന്നവർ ചോദിച്ചിരിക്കും.

ബുധനാഴ്ച കഴിഞ്ഞാൽ വ്യാഴവും വെള്ളിയും ക്ലാസില്ലാത്തതിനാൽ താൻ സിറ്റിയിൽ വരില്ല. വീട് ദൂരെയാണ്. ഒരു മണിക്കൂർ ഡ്രൈവിങ്ങുണ്ട്. പിന്നെ തിങ്കൾ... അന്നുച്ചയ്ക്ക് ക്ലാസ് കഴിഞ്ഞ് രണ്ടു മണിക്ക് കണ്ടുമുട്ടാൻ പറ്റും. ആ സമയം നിങ്ങൾക്ക് സമ്മതമാണോ എന്നു ചോദിച്ചുകൊണ്ടുതന്നെയാണ് അവൾ അപ്പോയമെന്റ് ഫിക്സ് ചെയ്തത്.

കൃതിക ലൈബ്രറിയിൽ നിന്നും പുസ്തകങ്ങളെടുത്ത് പുറത്തുപോന്നു. സമയം രണ്ടരയായിരിക്കുന്നു. നല്ല വിശപ്പ്. രാവിലെ എട്ടരയ്ക്ക് ഓട്സ് പാലിൽ കലക്കി കഴിച്ചതാണ്. പിന്നെ ഒന്നും കഴിച്ചില്ല.

അവൾ ആദ്യമായി മെയിൻ ലൈബ്രറിയിൽ നിന്നും പുസ്തകമെടുത്തതന്നാണ്. ഇതുവരെ ഡിപ്പാർട്ടുമെന്റിലെ ലൈബ്രറിയിൽ നിന്നത്യാവശ്യമുള്ള റീഡിംഗ് മെറ്റീരിയൽ എടുത്തിട്ടേയുള്ളൂ, എന്നു കരുതി യുവാന്റെ കൂടെ പോന്നതാണ്. ഉച്ചഭക്ഷണത്തെക്കുറിച്ച് ചിന്തിച്ചില്ല.

അപ്പോൾ പുറത്ത് അന്തരീക്ഷം ഇരുണ്ടു കൂടിനിൽക്കുകയാണ്. പുറത്തേക്ക് കടക്കുന്നതിന്റെയവിടെയുള്ള സ്റ്റാൻഡിൽ ഊരിത്തൂക്കിയിരുന്ന കോട്ടെടുത്തിട്ട് അതിന്റെ താഴെയായി വെച്ചിരിക്കുന്ന ബാഗിൽ നിന്നും തൊപ്പിയും ഷാളുമെടുത്തിട്ടു. രാവിലെ അന്തരീക്ഷം അല്പം പ്രകാശമയമായിരുന്നതിനാൽ അതൊക്കെ അണിയാതെ ബാഗിൽ തന്നെ വെച്ചിരുന്നതാണ്. ബാഗ് പൊടിതട്ടി പുറത്തു തൂക്കി. അവിടെ പൊടിയൊന്നുമില്ലെങ്കിലും ഒരു ശീലം പോലെ...

അവിടെ കുറെ ലോക്കറുകൾ ഉണ്ട്. ലൈബ്രറിയിൽ കയറുമ്പോൾ ബാഗും കോട്ടുമൊക്കെ വെച്ചു പൂട്ടാൻ വേണമെങ്കിൽ കൗണ്ടറിൽ നിന്നും ഒരു താക്കോൽ കിട്ടുമത്രെ യുബി കാർഡ് കാണിച്ചുകൊടുത്താൽ...

യുവാൻ അതു വാങ്ങുന്നതു കണ്ടു.

കാർഡ് ഒരു ചെറിയ ഫോണിന്റെയത്രപോലും വലിപ്പമില്ലാത്ത ഒരു മെഷീനിൽ വെച്ചാൽ മതി. അതിന്റെ നമ്പർ അവരുടെ കമ്പ്യൂട്ടറിൽ

പതിയും. ആ നമ്പറുകാരൻ ഇത്രാം നമ്പർ ലോക്കർ കീ കൊടുത്തു എന്നു അടയാളപ്പെടുത്തും കമ്പ്യൂട്ടറിൽ. പോരുമ്പോൾ തിരച്ചവിടെ കൊടുത്താൽ മതി.

പെട്ടെന്നു പോകുന്നവർ, കോട്ടും ബാഗുമൊക്കെയവിടെയങ്ങനെ പുറത്ത് നിലത്തു വെച്ച് പോകും. അല്ലെങ്കിൽ, അതത്ര വിലപിടിപ്പുള്ളതല്ല എന്നു കരുതുന്നവർ... അല്ലെങ്കിൽ ആരും കൊണ്ടു പോകില്ല എന്ന് വിശ്വാസമുള്ളവർ... ഇതിലേതാണു താൻ എന്നറിയില്ല.

ഏതായാലും കൃതിക താക്കോലൊന്നും വാങ്ങിയില്ലായിരുന്നു. പുറത്തിറങ്ങി നടക്കുമ്പോഴാണ് മനസ്സിലായത് ചെറിയ മഴച്ചാറ്റൽ.

താപനില ഈയാഴ്ച മുഴുവൻ എട്ടു മുതൽ പതിനെട്ടു വരെ ഡിഗ്രി ആണെന്നാണ് വെതർ ഫോർകാസ്റ്റ്. കേരളത്തിലിപ്പോൾ മഴ തിമിർത്തു പെയ്യുകയാവാം. മൺസൂൺ മഴ. അവൾ വെറുതെ കുട യെടുത്തു നിവർത്തി; അതിന്റെയാവശ്യമില്ലെങ്കിലും...

ഈ ചെറിയ ചാറ്റലിൽ ഇവിടെയാരും കുട നിവർത്താറില്ല എന്നു തോന്നുന്നു. കോട്ടും തൊപ്പിയുമൊക്കെ ഉള്ളതുകൊണ്ടാകാം. ആരും കുട നിവർത്തി നിൽക്കുന്നത് കണ്ടിട്ടില്ല.

നടക്കുമ്പോൾ നല്ല വിശപ്പു തോന്നി. റൂമിലെത്തി എന്തെങ്കിലും ഉണ്ടാക്കി കഴിക്കുന്നതുവരെ ക്ഷമിക്കാൻ വയ്യ എന്നു തോന്നി കൃതികയ്ക്ക്. പക്ഷേ എന്തു വാങ്ങി തിന്നും. അറിയില്ല...

ആലോചിച്ചുകൊണ്ടു നടന്നു.

പരിചയപ്പെടുന്നതിനിടയിൽ സീതറാം അയ്യർ പറഞ്ഞതു കൃതിക യോർത്തു.

അവൻ വെജിറ്റേറിയനാണ്. അവനു സ്വയം ഉണ്ടാക്കിക്കഴിക്കണം എപ്പോഴും. അതിനാൽത്തന്നെ അടുക്കള ഒഴിവുണ്ടോ എന്നു നോക്കേ ണ്ടിവരില്ലല്ലോ എന്നുകരുതി അവൻ സ്വന്തമൊരു ഫ്ളാറ്റ് മുറിയിലാണ് താമസം.

ഒരു വൺ റൂം ഫ്ളാറ്റ്. എന്നു വെച്ചാൽ മുറിയുടെ ഒരു സൈഡിൽ തന്നെ കിച്ചനെറ്റ്. ഒരു തട്ടിന്റെ ഒരു സൈഡിൽ വാഷ്ബേസിൻ. അതിന്റെ താഴെ സാധനങ്ങൾ വെയ്ക്കാൻ പറ്റുന്ന കൂട്. അത് മതിയല്ലോ.

ഇടയ്ക്ക് പാചകം മടുക്കുമ്പോൾ ടർക്കിഷ് റെസ്റ്റോറന്റിൽ പോകും. അവ വളരെ ചെറിയ തട്ടുകടപോലെയാണ് മിക്കവാറും. അവിടെ 'യൂഫ്ക്ക മിറ്റ് ഗെമ്യൂസെ' കിട്ടും. എന്നുവെച്ചാൽ വലിയൊരു ചപ്പാത്തി പോലുള്ളതിൽ കുറെ പച്ചക്കറികൾ പൊതിഞ്ഞ്...

സ്വന്തം പാചകം മടുത്താൽ മാറ്റത്തിനായി അവനതാണത്രെ കഴിക്കാറ്.

കൃതിക കുറച്ചു കറങ്ങിയപ്പോൾ ഒരു ഡോണർ കബാബ് എന്നെഴുതിയ ടർക്കിഷ് ഭക്ഷണശാല കണ്ടു കയറിച്ചെന്നു.

'ഐൻ യൂഫ്ക്ക' എന്ന് പറഞ്ഞു.

പറഞ്ഞു കഴിഞ്ഞപ്പോഴാണ് ഒന്ന് മുഴുവൻ വേണോ അതോ പകുതി മതിയോ എന്നോർത്തത്. ഏതായാലും ബാക്കി വന്നാൽ ബാഗിൽ വെച്ച് രാത്രിയിൽ കഴിക്കാം എന്ന് കരുതി തിരുത്തിപ്പറഞ്ഞില്ല.

യൂഫ്ക്ക തയ്യാറാക്കുന്നതിനിടെ ഇവിടെയിരുന്ന് കഴിക്കാനോ പോകാനോ, എന്നവർ ചോദിച്ചിരുന്നു.

അവിടെ ആകെ രണ്ടു മേശയേയുള്ളൂ. അതിൽ ഓരോരുത്തർ ഇരിക്കുന്നുണ്ട്. ആരുടെയും അഭിമുഖമായി പോയിരിക്കാനുള്ള മാനസികാവസ്ഥയില്ലാതിരുന്നതുകൊണ്ട്, അവൾ പോകാനെന്നു പറഞ്ഞു.

അയാൾ അതനുസരിച്ച് വെള്ളിക്കടലാസിൽ പൊതിഞ്ഞ് ഒരു ടിഷ്യുവും കൂട്ടിത്തന്നു. യൂഫ്ക്കയും വാങ്ങി അതും തിന്നുകൊണ്ട് വീണ്ടും നടന്നു. തിന്നുകൊണ്ടുനടക്കൽ ഇവിടെ പൊതുകാഴ്ചയാണ്.

കൃതികയ്ക്ക് സ്കൂളിൽ പഠിക്കുന്ന കാലത്ത് ബസ്സിലോ ട്രെയിനിലോ ഇരുന്നു തിന്നുന്നതൊക്കെ ഇഷ്ടമായിരുന്നു. അതിന് അച്ഛനോ അമ്മയോ സമ്മതിക്കാറില്ല എങ്കിലും.

നടക്കുമ്പോൾ തിന്നുക എന്നത് ചിന്തിച്ചിട്ടേയില്ലാത്ത കാര്യമാണ്. വീട്ടിൽത്തന്നെ ദോശയോ ഇഡ്ഡലിയോ നടന്നുകൊണ്ട് തിന്നാൽ അമ്മ ദേഷ്യപ്പെടും. നടന്നു തിന്നാതെ അവിടെവിടെയെങ്കിലും പോയിരിക്കടീ... എന്നു പറയും.

യൂഫ്ക്ക കടിച്ചുവലിക്കുന്നതിനിടെ ഉള്ളിലുള്ള ചില പച്ചക്കറി കഷ്ണങ്ങൾ തെറിച്ച് താഴെ വീണു. അവൾ അത് പെറുക്കിയെടുത്ത് പോക്കറ്റിലിട്ടു. റോഡ് വൃത്തികേടാക്കരുതല്ലോ ഇവിടെ. ഇനി കാണുന്ന വെയ്സ്റ്റ് ബാസ്ക്കറ്റിലിടാം. അപ്പോഴാണ് അതിലും കുഴപ്പം പിടിച്ച പണി പറ്റിയത്. പച്ചക്കറി മുറിച്ചത് മിക്സ് ചെയ്യുമ്പോൾ അവർ കൂട്ടുന്ന ഒരു തരം റോസ്കളർ സാലഡ്മിക്സ് ഉണ്ട്. അത് ഒലിച്ചു പുറത്ത് വന്ന് പൊതിയുടെ താഴെക്കൂടെ പാന്റിലേക്കും കോട്ടിലേക്കും തെറിച്ചുവീണു ആകെ വൃത്തികേടായി.

എന്നാലും നല്ല ഡിസൈൻ...! നീലജീൻസും നീലക്കോട്ടും റോസുപുള്ളികളാൽ അലങ്കൃതമായി. അവൾ ടിഷ്യുകൊണ്ട് പരമാവധി തുടച്ചുകളയാൻ ശ്രമിച്ചു. പോയില്ല.

വേഗം നടന്ന് അടുത്ത ട്രാംസ്റ്റോപ്പിൽനിന്നും ട്രാം കയറി താമസസ്ഥലത്തേക്ക് പോയി. അപ്പോഴേക്കും സൂര്യപ്രകാശം നല്ലപോലെ പരന്നു. ഒരുമണിക്കൂർ മുൻപ് മൂടിക്കെട്ടിയിരുന്ന ആകാശം തെളിഞ്ഞ് പ്രകാശിച്ചു നിൽക്കുന്നു.

പൂച്ചയും സൈക്കിളും

അമ്മ ഫോൺ ചെയ്തപ്പോൾ മഴ എങ്ങനെയുണ്ട് എന്നാണ് കൃതിക പ്രധാനമായും ചോദിച്ചത്.

മഴ കുറവാണ് ഇപ്രാവശ്യം. കുളം ഇപ്പോഴും നിറഞ്ഞിട്ടില്ല എന്നൊക്കെ അമ്മ പറഞ്ഞു.

മഴ ഇതുവരെ ഇങ്ങനെ കുറവുണ്ടായിട്ടില്ല. കഴിഞ്ഞ കൊല്ലം എന്തു മഴയായിരുന്നു എന്നൊക്കെ എല്ലാ കൊല്ലവും ആളുകൾ പറഞ്ഞു കേൾക്കാം.

ചൂടിന്റെ കാര്യത്തിലും വേനലായാൽ മനുഷ്യരിങ്ങനെ പറയും. എന്തൊരു ചൂട്... ഇത്ര ചൂട് ഇതുവരെ ഉണ്ടായിട്ടില്ല. കഴിഞ്ഞ കൊല്ലം ഈ സമയത്ത് എത്ര ഭേദമായിരുന്നു എന്നൊക്കെ...

മഴയുടെ കാര്യത്തിൽ പക്ഷേ ചില അളവുകോലുകൾ ഉപയോഗിച്ച് പറയുന്നതു കേട്ടാൽ കാര്യം ശരിയാണെന്ന് കാണാം. കഴിഞ്ഞ കൊല്ലം ജൂലായ് ആകുമ്പോഴേക്കും വലിയ കല്പടവ് മൂടിയിരുന്നു എന്നൊക്കെ അച്ഛൻ പറയുന്നതു കേൾക്കാം.

കുളത്തിലെ ഏറ്റവും മുകളിലത്തേതിൽ നിന്നും താഴോട്ട് നാലാമത്തെ കൽപ്പടവ് വലിയ കരിങ്കല്ലു വെച്ചതാണ്. അതു മൂടിയത് എന്നാണ് എന്നു നോക്കിയാണ് മഴയുടെ കണക്കു കൂട്ടുക. അത് ഓരോ കൊല്ലവും നോക്കണം ഇനിയെന്ന് കൃതികയ്ക്ക് തോന്നി.

പക്ഷേ ഇനിയതൊക്കെ രണ്ടു മൂന്ന് കൊല്ലം കഴിഞ്ഞേ പറ്റൂ. അപ്പോഴും പറ്റുമോ എന്നറിയില്ല. ചിലപ്പോൾ തിരിച്ചു പോയാലും സ്വന്തം വീട്ടിലായിരിക്കില്ല താമസം. അതൊക്കെ കുട്ടിക്കാലത്ത് നോക്കണമായിരുന്നു എന്നവൾ ആലോചിച്ചു.

ജീവിതം ഇനിയെവിടെ എങ്ങനെയെന്നത് വലുതാകും തോറും അനിശ്ചിതമായിക്കൊണ്ടിരിക്കും. പ്രത്യേകിച്ച് പെൺകുട്ടികൾക്ക്...

കേരളത്തിലെ മഴക്കാലത്തെ പോലെതന്നെയാണ് ഇവിടെയും ഇപ്പോഴത്തെ കാലാവസ്ഥ. ചൂടും തണുപ്പുമില്ലാത്ത അവസ്ഥയാണ്.

ഇടയ്ക്ക് വെയിലും ഇടയ്ക്ക് മഴയുമാണ് എന്നെല്ലാം പറഞ്ഞ്, അവൾ ശുഭരാത്രി നേർന്നുകൊണ്ട്, ഉറങ്ങാൻ സമയമായില്ലേ ഗുഡ്നൈറ്റ്, എന്നു പറഞ്ഞു ഫോൺ വെച്ചു.

രാവിലെ എഴുന്നേറ്റപ്പോൾ ഉണ്ടായിരുന്ന ഇരുപതു ഡിഗ്രി വൈകുന്നേരമായപ്പോഴേക്കും ഇരുപത്തഞ്ചും ആയിരുന്നു. ആറുമണിയോടെ അവൾ വീടിനുള്ളിൽ ഫോൺവിളി കാത്തിരിക്കുമ്പോഴും തിരിച്ച് തണുപ്പ് പടരാൻ തുടങ്ങിയിരുന്നില്ല.

ഫോൺവിളിയും കഴിഞ്ഞ് ഏഴരയായി. പെട്ടെന്ന് തണുപ്പ് അരിച്ച് കയറുന്നപോലെ തോന്നി. അവൾ ചുരുണ്ടുകൂടി പുതപ്പിനടിയിലേക്ക് കിടന്നു.

വീട്ടിലാണെങ്കിൽ ഏഴരയ്ക്കൊക്കെ ഇങ്ങനെ കിടന്നാൽ അമ്മ വഴക്കു പറയും. സന്ധ്യയ്ക്ക് ഇങ്ങനെ കിടക്കരുത്. പാമ്പായി മാറും എന്നാണ് പറഞ്ഞു കേട്ടിട്ടുള്ളത്. ചെറുപ്പത്തിൽ പാമ്പായാലോ എന്നു പേടിച്ച് ചാടി എഴുന്നേറ്റിട്ടുണ്ട്.

സന്ധ്യയ്ക്ക്, കൈകാൽ കഴുകി ഭസ്മം തൊട്ട് നാമം ചൊല്ലാനുള്ള സന്ധ്യയ്ക്ക്... ചില്ലു ജനാലയിലൂടെ അവൾ പുറത്തേക്കു നോക്കി കിടന്നു.

ഇതു സന്ധ്യയല്ല... വെയിൽ അസ്തമിക്കാത്ത തണുപ്പ് അരിച്ച് കയറുന്ന ഏഴര സമയം.

എന്തു സന്ധ്യ...

സന്ധ്യ എന്നാൽ എന്താണർത്ഥം!

അഞ്ചരയ്ക്കും ഏഴരയ്ക്കും ഇടയ്ക്കുള്ള സമയമായോ! അതോ സൂര്യനസ്തമിക്കാത്ത സമയമായോ?

എങ്കിലിനി സന്ധ്യയാവാൻ രണ്ടു രണ്ടര മണിക്കൂർ കൂടിയുണ്ട്. അവൾ ബ്ലാങ്കറ്റ് കൊണ്ട് ഒന്നുകൂടി മൂടി കിടന്നു. ലാപ്ടോപ്പിൽ ഒരു ചെറിയ ശബ്ദത്തിൽ സിനിമാ ഗാനങ്ങൾ വെച്ചു കേട്ടുകൊണ്ട്.

പത്തുമണിയോടെ ഇരുട്ടു പരന്നിട്ടും അവൾ എഴുന്നേൽക്കുകയോ ലൈറ്റ് ഇടുകയോ ചില്ലു ജനാലയ്ക്കപ്പുറമുള്ള ഷട്ടർ താഴ്ത്തുകയോ ചെയ്തില്ല. ചില്ലിലൂടെ ഇരുട്ടിനെ നോക്കി കിടന്ന് കുറേ കഴിഞ്ഞപ്പോൾ ഉറങ്ങി.

രാവിലെ ഉണർന്നപ്പോഴും ആദ്യം കണ്ണുപോയത് ചില്ലു ജനാലയ്ക്കലേക്കാണ്. മൂടിക്കെട്ടിയ ആകാശം. മഴച്ചാറ്റലും ഉണ്ടെന്നു തോന്നി.

അപ്പോഴാണ് അവൾ ശ്രദ്ധിച്ചത്. ഒരു കൊച്ചു പൂച്ചക്കുട്ടി തല നീട്ടി നിൽക്കുന്നു ചില്ലിനപ്പുറം.

മുകളിലത്തെ റൂമിലെ ഏതെങ്കിലും ചെക്കന്മാരുടെ പണിയായിരിക്കുമോ? അവിടെനിന്നു പൂച്ചയുടെ ശബ്ദം അവൾ കേട്ടിട്ടുണ്ട്. ഇടയ്ക്കൊക്കെ ജനാലയ്ക്കൽ നിൽക്കുമ്പോൾ.

വല്ല പ്രേമവും തുടങ്ങിയോ... പ്രേമസന്ദേശം അയയ്ക്കാനാകുമോ?

അവൾ വിചാരിച്ചു.

ഏയ് അതിനു വഴിയില്ല. ഉണ്ടെങ്കിൽത്തന്നെ ഇങ്ങനത്തെ സൂത്രങ്ങളൊന്നും പാശ്ചാത്യ പുരുഷന്മാർ ചെയ്യില്ല. നേർക്കുനേർ വരികയും കാര്യം പ്രകടിപ്പിക്കുകയും ചെയ്യുമെന്നല്ലാതെ.

അവൾ ജനലിനരികിൽ ചെന്ന് അതിനെ തഴുകിത്തലോടി; അവൾക്കു പൊതുവെ പൂച്ചകളെ ഇഷ്ടമല്ലെങ്കിലും. അതിനെ ഒരു ഷാളെടുത്ത് തുവർത്തിക്കൊടുത്ത്, കൂടുതൽ മഴ നനയാതെ മുറിയിലേക്ക് ഇരുത്തി.

ഒരു ശബ്ദവും ഉണ്ടാക്കാതെ അത് ഇരുത്തിയിടത്ത് ഇരുന്നു. അതവളെ ആശ്ചര്യപ്പെടുത്തുകയും സന്തോഷിപ്പിക്കുകയും ചെയ്തു.

പൂച്ച അവിടെ നിൽക്കുന്നത് അവൾക്ക് വലിയ ഉന്മേഷം കൊടുത്തു. അതിനെ സ്നേഹിക്കാം, പരിലാളിക്കാം.

അവൾ എഴുന്നേറ്റു മേശയ്ക്കരികിൽ ഇരുന്നു ചിന്തിച്ചു.

രണ്ടാഴ്ചയ്ക്കുള്ളിൽ ക്ലാസ്സുകൾ കഴിയും. പിന്നെ ഓഗസ്റ്റ് മാസം പകുതിവരെ സമ്മർ അവധികളാണ്. അടുത്ത സെമസ്റ്ററിനു മുൻപ് പരീക്ഷകൾക്കു വേണ്ടിയുള്ളത് പഠിക്കുവാനുണ്ട്. എന്നാലും മറ്റെന്തൊക്കെയാണ് ചെയ്യാനാകുക എന്നവളാലോചിച്ചു.

എന്തു ചെയ്യാൻ? പ്രത്യേകിച്ച് ഒന്നും തോന്നിയില്ല.

വസ്ത്രങ്ങളണിഞ്ഞു അടുക്കളയിൽ പോയി ബ്രെഡ് ടോസ്റ്റു ചെയ്തു. കാപ്പിയും ബ്രെഡും കഴിച്ചു.

പിന്നീട് പുറത്തിറങ്ങി. റോഡിലൂടെ നടക്കുമ്പോൾ അവൾ ഓർത്തു. ഒരു സൈക്കിൾ വാങ്ങണം. എന്നിട്ട് മയിൻനദിക്കരയിലൂടെയുള്ള കൊട്ടാരവഴിയിലൂടെ സൈക്കിൾ സവാരി നടത്തണം, ദിവസവും വൈകുന്നേരം.

അന്നു തന്നെ ഓൺലൈനിൽ സെർച്ചു ചെയ്തു. പഴയ സൈക്കിളും പുതിയ സൈക്കിളും എത്രയാണ് വിലവ്യത്യാസം എന്നു നോക്കി. ഒരു പുതിയ സൈക്കിൾ തന്നെ വാങ്ങാൻ തീരുമാനിച്ചു.

പിറ്റേ ദിവസം യൂണിവേഴ്സിറ്റിയിൽ നിന്ന് പോരുന്ന വഴി ബാങ്കിൽ കയറി നാനൂറു യൂറോ എടുത്തു. സൈക്കിൾ കടയിൽ ചെന്ന് ആ വിലയ്ക്ക് കിട്ടാവുന്ന ഒരു സൈക്കിൾ വാങ്ങി.

റോഡ് നിയമങ്ങൾ ഒരുവിധം അറിയാമെങ്കിലും സിറ്റിയിൽ ഓടിക്കാൻ ബുദ്ധിമുട്ടാണെന്നു തോന്നിയതിനാൽ അത് ഉരുട്ടി നടന്നു.

ആദ്യം വന്ന ട്രാമ്മിൽ നല്ല തിരക്കായതിനാൽ സൈക്കിൾ വയ്ക്കാൻ സ്ഥലം കിട്ടില്ല എന്നു കരുതി കയറിയില്ല. പിന്നെ അധികം തിരക്കില്ലാത്ത ട്രാം വന്നു.

താമസസ്ഥലത്തേക്ക് സൈക്കിൾ ഉരുട്ടിയാണ് കൊണ്ടുപോയത്. സൈക്കിളുകൾ പാർക്ക് ചെയ്യാനുള്ള ഇടത്തിൽ കുറച്ച് സ്ഥലം കണ്ടുപിടിച്ച് അതിനെ അവിടെ ചങ്ങലക്കിട്ട് റൂമിലേക്കു പോയി.

സമയം അഞ്ചുമണി കഴിഞ്ഞിട്ടേ ഉള്ളൂ. വേണമെങ്കിൽ ഒരു കാപ്പി കുടിച്ച് സൈക്കിളും കൊണ്ട് നദിക്കരയിലേക്കോ പാർക്കിലേക്കോ പോയാൽ പത്തുമണി വരെ പ്രാക്ടീസു ചെയ്യാം.

അക്ഷരാർത്ഥത്തിൽ നല്ല പ്രാക്ടീസ് തന്നെ വേണ്ടി വരും. അതിനാൽ സൈക്കിൾ പിന്നെ ശനിയാഴ്ച പുറത്തെടുത്താൽ മതിയെന്നു തീരുമാനിച്ചു.

സൈക്കിളോടിക്കാൻ പഠിച്ച കാലം അവളോർത്തു.

ആദ്യമായി സൈക്കിളോടിക്കാൻ അയല്പക്കത്തെ ചേച്ചി പറഞ്ഞെങ്കിലും അവൾ അന്ന് അതിനു മിനക്കെട്ടില്ല. നാലാം ക്ലാസ്സുകാരിയുടെ നട്ടപ്രാന്ത് നീന്തൽ പഠിക്കുന്നതിൽ ആയിരുന്നു.

പിന്നീട് ഒരു അവധിക്കാലത്ത് ചേച്ചി ചെറിയ തരം സൈക്കിൾ വാടകയ്ക്ക് എടുത്ത് പഠിപ്പിക്കാൻ ശ്രമിച്ചിരുന്നു. ഒരു മണിക്കൂറിന് അഞ്ചു രൂപ. അതിൽ നിന്ന് ഉരുണ്ടു വീണു എന്നല്ലാതെ പഠിച്ചില്ല.

പിന്നെ ഹൈസ്കൂളിലേക്ക് ആവുന്നതിനു മുമ്പുള്ള വെക്കേഷനിൽ അമ്മയുടെ വീട്ടിൽ ചെന്നപ്പോൾ അമ്മാവന്റെ സൈക്കിൾ ഓടിച്ചാണ് സ്വയം പഠിച്ചത് സൈക്കിളോടിക്കാൻ. ഒരു വലിയ സൈക്കിളായിരുന്നു അത്.

സ്കൂളിൽ പഠിക്കുന്ന കാലത്തിനു ശേഷം സൈക്കിൾ തൊട്ടിട്ടില്ല. പിന്നെ കേരളത്തിൽ ആൺകുട്ടികളുടെ ഈഗോ കാരണമാണ് അവളത് നിർത്തിയത്.

കോളേജിൽ വേണമെങ്കിൽ കമന്റടി കേൾക്കാതെ സൈക്കിളും കൊണ്ട് ചെല്ലാമായിരുന്നു. കമന്റടി കേട്ടാലും അതിനുള്ള തന്റേടം വന്നിരുന്നു. അപ്പോഴേക്കും ഒരു സ്കൂട്ടർ കിട്ടിയിരുന്നു.

അന്ന് അച്ഛന് തോന്നി മകൾ സൈക്കിളോടിച്ചു നടക്കുന്നതിലും ഭേദം സ്കൂട്ടറോടിക്കുന്നതാണ് എന്ന്. അതിനാൽ ചോദിച്ചപ്പോൾ ത്തന്നെ വാങ്ങിത്തന്നു.

മഴച്ചാറ്റലും കാറ്റുവീശലും ഇല്ലാത്ത സമയം നോക്കി ശനിയും ഞായറും സൈക്കിൾ പരിശീലിക്കാൻ തുടങ്ങിയാൽ പിന്നീട് എല്ലായിടത്തും സൈക്കിളിൽ പോകാം എന്ന് കൃതിക കരുതി.

കാത്തു നിൽപ്പിന്റെ കയ്പ്പ് ഇവിടെ അധികമില്ല.

എങ്കിലും ട്രാമിലും റോഡിലും അധികനേരം മനുഷ്യരോട് അഭിമുഖം നിൽക്കേണ്ടല്ലോ സൈക്കിൾ പരിശീലിക്കാൻ തുടങ്ങിയാൽ...

ചിരിക്കുകയോ മിണ്ടുകയോ ചെയ്യാതെ മനുഷ്യരുടെ ഇടയിൽ അഭിമുഖമായാണെങ്കിലും അല്ലെങ്കിലും നിൽക്കുന്നത് അവൾക്ക് മടുത്തു.

സൈക്കിൾ ഒരു രക്ഷയാണ്. അതിനെ സ്നേഹിക്കാം പരിലാളിക്കാം ഉപയോഗിക്കാം. അതിങ്ങോട്ട് ഒന്നും ചെയ്തില്ല എന്ന പരിഭവം തോന്നേണ്ടുന്ന കാര്യമില്ല. അതിനു മനുഷ്യരെപ്പോലെ ജീവനോ പ്രതികരണ ശേഷിയോ ഇല്ലെന്ന് അറിയാമല്ലോ...

അപ്പോഴൊന്നും പ്രതീക്ഷിക്കുകയുമില്ല മനസ്സ്.

പ്രതീക്ഷിച്ച പോലെ നടക്കാഞ്ഞാലല്ലേ പ്രശ്നം തോന്നുകയുള്ളൂ. പ്രതീക്ഷിക്കാതിരിക്കാനുള്ളതരം ഇടപെടലുകൾ മതി.

പ്രതീക്ഷ, ആഗ്രഹങ്ങൾ...

അതാണല്ലോ ദുഃഖത്തിനു കാരണമാകുന്നത്.

ശ്രീബുദ്ധൻ പറഞ്ഞപോലെ.

ഡേറ്റിങ്ങ്

ആഴ്ചയിലെ എല്ലാ ദിവസങ്ങളും ഒട്ടുമിക്കതും കാറ്റും മഴക്കാറും ചാറ്റൽ മഴയുമായിരുന്നു. സമ്മർ ഒഴിവു തുടങ്ങുന്നതിനുമുൻപായിട്ടുള്ള, അവസാന ദിവസങ്ങളിൽ അവൾ ക്ലാസ്സിലൊന്നും പോയില്ല. രാവിലെ മൂടിപ്പുതച്ചു കിടന്നു, പത്തുമണിവരെയൊക്കെ... അപ്പോഴേക്കുമേ ആകാശം തെളിഞ്ഞിരുന്നുള്ളൂ.

ജൂൺ അവസാനത്തോടെ തന്നെ ആരംഭിക്കേണ്ടുന്ന സമ്മർ.. അതിപ്രാവശ്യം വൈകിയത്രെ. ഇടയ്ക്കൊക്കെ ഏഷ്യൻ ഭക്ഷണ സാധനങ്ങൾ വാങ്ങാനായി പോകാറുള്ള കടയിലെ ആളാണത് പറഞ്ഞത്.

സുമുഖനായ മധ്യവയസ്ക്കൻ. സുമുഖൻ എന്ന് പറയാൻ തക്ക വണ്ണം, മുഖം ശരിക്ക് കാണുന്നില്ലാത്ത വിധം താടിയും മീശയുമുണ്ട് അയാൾക്ക്. നീണ്ട് ഇടതൂർന്ന താടി നെഞ്ചറ്റം വീണു കിടക്കുന്നു. മടക്കി താഴോട്ട് വെച്ച കൊമ്പൻമീശയ്ക്കും താടിക്കുമിടെ ഒട്ടും സ്ഥലമില്ല തൊലി കാണുവാൻ. കട്ടിയുള്ള കൂട്ടുപുരികത്തിനും മുകളിൽ നെറ്റിമാത്രമിത്തിരി കാണാം. അതുതന്നെ പകുതിയിലധികം തലക്കെട്ട് കാരണം കാണുകയില്ല.

അയാളുടെ തലയിൽ ഓരോ പ്രാവശ്യവും കാണുമ്പോഴുള്ള പല നിറങ്ങളിലുള്ള ടർബൻ അവൾക്കു വലിയ ഇഷ്ടമാണ്. ആണുങ്ങൾ തലമുടി കാണിക്കരുത് എന്ന സിക്ക് മതനിയമം അവൾക്കു രസമുള്ള കാര്യമായിത്തോന്നി.

നാട്ടിലേതുപോലെ ഇവിടെയും ഇവർ കാലാവസ്ഥയെക്കുറിച്ചിങ്ങനെ ആപേക്ഷിക വിശകലനം നടത്തുന്നുണ്ട്.

ഇനി സെപ്തംബർ അവസാനത്തോടെ ഇലപൊഴിയും കാലമാകും. വേനൽ വളരെ കുറച്ചേ കിട്ടുമായിരിക്കുകയുള്ളൂ ഇപ്രാവശ്യം എന്നയാൾ വ്യഥയോടെ പറഞ്ഞു.

അയാൾ ഇന്ത്യയിലേക്ക് എപ്പോഴാണ് പോകാറുള്ളത് എന്ന് കൃതിക ചോദിച്ചു.

ഇപ്പോൾ അഞ്ചു വർഷമായി പോയിട്ട് എന്നും ഇനിയും രണ്ടു കൊല്ലത്തിനുള്ളിൽ പോകാനാവുമെന്ന് തോന്നുന്നില്ല എന്നും അയാൾ പറഞ്ഞു. അയാളുടെ ശബ്ദത്തിൽ ഒരു ഗദ്ഗദം അടങ്ങിയിരുന്നു.

ടിക്കറ്റിന്റെ വിലയൊന്നും അഞ്ചു പേർക്കെടുക്കുക എന്നാൽ എളുപ്പമല്ലല്ലോ ബേട്ടീ, എന്നയാൾ പിന്നീടു ചിരിക്കാൻ ശ്രമിച്ചുകൊണ്ടു പറഞ്ഞു. അയാൾക്ക് ഭാര്യയും മൂന്നു കുട്ടികളുമുണ്ട് എന്ന് ആദ്യം പരിചയപ്പെട്ടപ്പോൾ പറഞ്ഞിരുന്നു.

അയാളുടെ പാക്കിസ്ഥാനിയായ കൂട്ടുകാരനായ സമീർ സെയ്ദ് ആണ് കടയുടെ ഉടമസ്ഥനത്രെ. അയാൾ ആ കടയിൽ ജോലിക്ക് നിന്നിട്ടിപ്പോൾ ഇരുപതു വർഷമായി എന്നയാൾ ഒരു നെടുനിശ്വാസത്തോടെ പറഞ്ഞു.

സെൽവന്ത്സിങ്ങ് എന്നാണയാളുടെ പേര്. സിങ്ങിന്റെ അച്ഛനു അഞ്ചുവയസ്സായ സമയത്താണ് ഇന്ത്യക്ക് സ്വാതന്ത്ര്യം കിട്ടിയത്. പാക്കിസ്ഥാനിലേക്ക് പറിച്ചു നടപ്പെട്ടതും അല്ലാത്തതുമായ രണ്ടു കുടുംബങ്ങളായിരുന്നു സിങ്ങിന്റെ അച്ഛന്റെയും സമീർ സെയ്ദിന്റെയും കുടുംബങ്ങൾ.

അവരുടെ അച്ഛനമ്മമാർ കുടുംബസമേതം ജർമ്മനിയിലേക്ക് കുടിയേറിയതാണ്. ആദ്യം സമീർസെയ്ദിയാണ് ആയിരത്തിത്തൊള്ളായിരത്തി നാൽപ്പത്തൊൻപതിൽ ഫ്രാങ്ക്ഫുർട്ടിലെത്തിയത്.

ഇന്ത്യ സന്ദർശിക്കാൻ മുൻപ് അമൃതസറിൽ വന്നു താമസിച്ചിരുന്ന ഒരു ജർമ്മൻകാരനായ ഹിന്ദി പണ്ഡിതനാണ് സമീർ സെയ്ദിയെ ഫ്രങ്ക്ഫർട്ടിലേക്ക് കൊണ്ടുപോയതത്രേ.

കൃതിക ഏഷ്യൻകടയിൽ നിന്നും ഇറങ്ങി സിറ്റിയിലൂടെ ചുറ്റി നടന്നുകൊണ്ടിരിക്കേ ബർഗർ കിങ്ങിനു മുന്നിലെത്തി.

അവൾ തപതിയെ ഓർത്തു. അവരിരുവരും ഒരു ദിവസം ഇങ്ങനെ കറങ്ങി നടന്നു ചില ഷോപ്പിങ്ങ് പരിപാടികൾ നടത്തിക്കൊണ്ടിരിക്കെ ഇവിടെ നിന്നാണ് ഭക്ഷണം കഴിച്ചത്.

മുഖത്തിനും ശരീരത്തിനും തലമുടിക്കും ഒക്കെ വേണ്ടുന്ന വേറെ വേറെ തരം ക്രീമുകളും സ്പ്രേയും സോപ്പും ഒക്കെ വാങ്ങുവാൻ വേണ്ടിയിറങ്ങിയതായിരുന്നു അന്ന്. ചൂടിനിണങ്ങിയ തരം ക്രീമുകൾ വെറെതന്നെയുണ്ട് എന്നറിഞ്ഞു നോക്കാൻ പോയതാണ്.

ചൂടുകാലത്ത് സ്ത്രീകൾ ധരിക്കുന്ന പ്രത്യേകതരം കുഞ്ഞുടുപ്പുകളും കുഞ്ഞുപാവാടകളും പല കടകളിലും ധാരാളം തൂങ്ങിക്കിടന്നിരുന്നു. അതുവാങ്ങി ധരിക്കണം എന്ന് കൃതികയ്ക്ക് തോന്നിയിരുന്നു. പക്ഷേ അതിനായി കാലുകളിലേയും കക്ഷത്തേയുമൊക്കെ മുടി വരണ്ടിക്കളയാൻ എത്ര മെനക്കെടണം!

വെള്ളക്കാരികൾക്ക് കാലുകളിലും കക്ഷത്തുമൊന്നും മുടി വളരില്ലായിരിക്കും എന്നാണ് അവൾ കരുതിയിരുന്നത്. അടുത്ത മുറിയിലെ ഡോറിസ് ഒരു ദിവസം കുളിമുറിയുടെ മുന്നിൽ ഒരു ഷേവിങ്ങ് സെറ്റും പിടിച്ച് കാലിൽ ചുരണ്ടിക്കൊണ്ടുനിന്നപ്പോൾ അവൾ അത്ഭുതത്തോടെ ചോദിച്ചു.

''വാട്ടാർ യു ഡൂയിങ്ങ് ഡോറിസ്.''

ഇന്ത്യക്കാരിയായ ഇവൾക്കിതൊന്നുമറിയില്ലായിരിക്കും എന്നൂഹിക്കാൻ ബുദ്ധിയുള്ള ഒരു ഇറ്റലിക്കാരിയായിരുന്നു അവൾ.

ജർമ്മൻ ഡിഗ്രി വലിയ കാര്യമാണ് എന്ന് കരുതി പഠിക്കാൻ വന്നിരിക്കുകയാണവൾ.

''അയാം ഷേവ്ങ്ങ് മൈ ലെഗ്സ്.'' അവൾ പറഞ്ഞു.

നിങ്ങളിതുചെയ്യുന്നതെന്തിനാണെന്നും നിങ്ങൾക്കൊന്നും കാലിലിത്ര മുടി വളരില്ല എന്നാണവൾ കരുതിയതെന്നും കൃതിക പറഞ്ഞപ്പോൾ ഡോറിസ് ചിരിച്ചുകൊണ്ട് പറഞ്ഞു.

''ഹും, നോ നോ... ഇറ്റീസെ ലോട്ട് ഓഫ് വർക്ക് ഫോർ അസ് യൂനോ.''

പാശ്ചാത്യ സ്ത്രീകളൊക്കെ രോമങ്ങളില്ലാത്ത മിനുത്ത് കാലുകൾ തുടവരെ പ്രദർശിപ്പിച്ച് നടക്കുന്നത് നല്ല പണിയെടുത്തിട്ടാണെന്ന് കൃതികയ്ക്കന്നാണ് മനസ്സിലായത്.

ശരീരം പ്രദർശിപ്പിക്കൽ എന്നത് വളരെ ബോധപൂർവ്വം ചെറുപ്പം മുതൽ പെൺകുട്ടികളെ പരിശീലിപ്പിക്കുന്നതാണ് എന്നും അവൾക്ക് മനസ്സിലായതപ്പോഴാണ്.

ഓരോ പെൺകുട്ടികളും വേനൽക്കാലത്ത് കുഞ്ഞുട്രൗസറുകളും കഴുത്തിറങ്ങിയ കൈയില്ലാത്ത കുപ്പായങ്ങളും ഇട്ട് സ്വയം നിരീക്ഷിക്കുന്നത് അവൾ പലയിടങ്ങളിൽ വെച്ച് കാണുന്നുണ്ട്.

മുലയിടുക്കുകൾ കാണിക്കുക എന്നത് ബോധപൂർവ്വം തന്നെയാണ് സ്ത്രീകൾ ചെയ്യുന്നത്. എന്നാലും ഒരു പുരുഷനും ശരീരഭാഗങ്ങളിലേക്ക് തുറിച്ചുനോക്കുകയുമില്ല.

പക്ഷേ, സ്ത്രീകൾക്കരോചകത്വം തോന്നാത്തവിധം പുരുഷന്മാർ ഇത് നോക്കുകയും ആസ്വദിക്കുകയും ചെയ്യുന്നുണ്ട് എന്ന് കൃതികയ്ക്ക് തോന്നി. അത് സ്ത്രീകൾ ശ്രദ്ധിക്കുന്നതേയില്ല. പുരുഷന്മാർ കണ്ടു രസിച്ചോട്ടെ, അതിനെന്താ എന്ന ഭാവമാണ് സ്ത്രീകൾക്കെന്നും ചിലപ്പോൾ തോന്നും.

ബർഗർ കിങ്ങിന്റെ ഉള്ളിലേക്കുതന്നെ കൃതിക കയറി. വേറെയൊരു ഭക്ഷണസാധ്യതയും അപ്പോൾ തോന്നിയില്ല. തപതിയാണ് അന്ന് ഷോപ്പിങ്ങിനിടെ പറഞ്ഞത് ബർഗർ കിങ്ങിൽ നിന്ന് കഴിക്കാം എന്ന്.

അന്നവൾ ചോദിച്ചു, ''വാട് ബർഗർ കിങ്...!, വാട്സ് ദാറ്റ്...?''

കൊൽക്കത്തയിൽ നിന്നു വന്നവൾക്ക് പാശ്ചാത്യഭക്ഷണത്തെക്കുറിച്ച് തിരുവനന്തപുരത്തുകാരി നാട്ടുമ്പുറത്തുകാരിയേക്കാൾ അറിയാതെ തരമില്ലല്ലോ. ബണ്ണിന്റെയിടയ്ക്ക് അതുമിതും കുത്തിനിറച്ചു തരുന്ന സാധനം കൃതികയ്ക്ക് ഇഷ്ടമായില്ല.

ഇറങ്ങിനടക്കുമ്പോൾ അന്നവൾ പറഞ്ഞു ''നോൺസെൻസ്... ബർഗർ കിങ്ങാണത്രെ... ഐ ഡോണ്ട് ലൈക്ക് ദിസ് കിങ്ങ്, വൈ നോട്ട് ക്വീൻ...?''

രാജ്ഞിമാരുടെ ബർഗർ കിട്ടാനില്ലാത്തതുകൊണ്ട് രാജാവിൻ ബർഗർ തിന്ന് അവൾ സംതൃപ്തിയില്ലാതെ പോന്നു.

ബാക്ക്പാക്കും ഒരു തോൾസഞ്ചിയും ഉള്ളത് കനത്തിൽ തൂങ്ങിയിരിക്കുകയാ ശരീരത്തിൽ. കുറച്ചുദിവസത്തേക്കുള്ള സാധനങ്ങൾ വാങ്ങിയിരുന്നു. ഏഷ്യൻഷോപ്പിൽനിന്ന് രണ്ടുകിലോ അരിയും വാങ്ങിയിരുന്നു.

മുറിയിലെത്തിയതും അവൾ കുറേനേരം കിടന്നു. പിന്നീടെഴുന്നേറ്റപ്പോൾ വൈകുന്നേരമായിരുന്നു. കാപ്പിയുണ്ടാക്കി കുടിക്കാമെന്നു കരുതി അടുക്കളയിലേക്ക് ചെന്നപ്പോൾ ഡോറിസ് അവിടെയുണ്ടായിരുന്നു.

ഫ്ളാറ്റിലെ മൂന്നാമത്തെ മുറിയിലെ ഹാംബുർഗിൽ നിന്നുള്ള ആൾ എന്തോ കാരണത്താൽ മാറിപ്പോയപ്പോൾ വന്നതാണ് ഡോറിസ്. അതോടെ അവൾക്കു അല്പം കൂട്ട് കിട്ടി.

ഫ്ളാറ്റിൽ ആരും അപരിചിതരില്ല എന്ന തോന്നലായി, എന്നവൾ പാട്രിക്കിനോടും ഡോറിസിനോടും പറഞ്ഞപ്പോൾ അവർ ചിരിച്ചു.

അവൾ ആലിംഗനം ചെയ്തു. ''ഹൗ ആർയൂ, കൃതിക..?''

''ഫൈൻ, ഹൗ ആർയൂ... ആർ യൂ ഗോയിങ്ങ് ഹോം ഫോർ ഹോളിഡേയ്സ്...?''

വീട്ടിലൊന്നും പോകുന്നില്ല സെപ്തംബറിൽ, അടുത്ത സെമസ്റ്റർ തുടങ്ങും വരെ ഇവിടെത്തന്നെയിരിക്കുകയാണ് എന്നവൾ പറഞ്ഞു.

ഇറ്റലിയിലാണ് അവളുടെ വീട്. അവളെന്തുകൊണ്ടാണ് പോകാത്തതെന്ന് കൃതിക ചോദിച്ചു. അവിടെപ്പോയിട്ടെന്തുചെയ്യാനാണെന്നവൾ പറഞ്ഞു.

അമ്മയും അമ്മയുടെ ബോയ്ഫ്രണ്ടുമാണ് അവിടെയുള്ളത്. ചിലപ്പോൾ അയാളുടെ മകൾ സ്കൂളവധിക്ക് കുറച്ചുദിവസം അതിന്റെയച്ഛന്റെ കൂടെ നിൽക്കാൻ വരും.

എല്ലാവരും കൂടുന്നത് ഡോറിസിന്റെ അമ്മയ്ക്ക് ഇഷ്ടമാണ്. പക്ഷേ അമ്മയ്ക്ക് ബോയ്ഫ്രണ്ടിന്റെ മകളും സ്വന്തം മകളും കൂടി

ഒരുമിച്ചുണ്ടാകുമ്പോൾ സ്നേഹം പങ്കുവെയ്ക്കുന്നതിൽ ആശയക്കുഴപ്പം വേണ്ട എന്ന് കരുതി അവൾ പോകുന്നില്ല എന്നു തീരുമാനിച്ചുവത്രെ. കുറേ പഠിക്കാനുണ്ട് എന്നവൾ അമ്മയോട് കള്ളം പറഞ്ഞുവത്രെ.

പിന്നെ എന്തൊക്കെയാണ് ഇവിടെ പ്രോഗ്രാമെന്ന് കൃതിക ചോദിച്ചു. അവൾക്ക് പറ്റിയ ഏതെങ്കിലും പ്രോഗ്രാമുണ്ടെങ്കിൽ കൂടാമായിരുന്നു എന്നവൾ ആശിച്ചു.

''ഐ ഹാവ് ഗോട്ട് സം ഡേറ്റിങ്ങ്'' എന്നാണപ്പോൾ ഡോറിസ് പറഞ്ഞത്.

''ഓക്കെ സോ യു ഗോട്ട് എ ബോയ് ഫ്രണ്ട്?'' കൃതികയ്ക്ക് ആകാംക്ഷ തോന്നി. ഒപ്പം നിരാശയും.

''നോ നോ... ഐ ഗോട്ട് വൺ ഫ്രം ദ വെബ് സൈറ്റ് ഫോർ ഡേറ്റിങ്ങ്... ഐ ഡോന്റ് നോ ഹിം. അയാം ഗോയിങ്ങ് ടു സീ വെരിസൂൺ.''

വെബ്സൈറ്റ് വഴി ഡേറ്റിങ്ങിന് താത്പര്യമുള്ളവർ കണ്ടുമുട്ടി സമയം ആസ്വാദ്യമാക്കുക. കൃതികയ്ക്ക് കാര്യം പിടികിട്ടി.

പക്ഷേ അതൊരിക്കലും സീരിയസ് ബന്ധമാകില്ല. ആകാമായിരിക്കും. അറിയില്ല.

ആശയക്കുഴപ്പത്തിൽ അവൾ കാപ്പികുടിച്ചുകൊണ്ട് മുറിയിലേക്ക് നടക്കുമ്പോൾ ഡോറിസ് ചോദിച്ചു.

''അയാം ഗോയിങ്ങ് ഫോർ എ വാക് ഹിയർ നൗ. യു ലൈക്ക് റ്റു കം?''

കൃതികയ്ക്കിഷ്ടപ്പെട്ടു. അവൾ പറഞ്ഞു.

''ഷുവർ... ഐ ലൈക്ക് റ്റു കം.''

''സോ, സീയൂ അറ്റ് സെവൻ തെർട്ടി ഇൻഫ്രന്റ് ഓഫ് മൈ റൂം.''

''ഓകെ സി യൂ...''

കൃതിക ധൃതിയിൽ റൂമിൽപ്പോയി വസ്ത്രം മാറി റെഡിയായി. വസ്ത്രം മാറേണ്ട കാര്യം ഇല്ലായിരുന്നു. എന്നാലും രാവിലെ മുതൽ ധരിച്ച് ബനിയനിൽ വിയർപ്പുണ്ട്. പിന്നെ മുട്ടുവരെയുള്ള ബർമുഡ മാറ്റി കണങ്കാൽവരെയുള്ള കോട്ടൺ ടൈപ്പിലുള്ള അയഞ്ഞ പാന്റ് ധരിച്ചു. വലിയ തണുപ്പു തോന്നാത്ത പലപ്പോഴും ടൈറ്റ് ജീൻസ് അവൾ ഒഴിവാക്കാൻ ആഗ്രഹിച്ചു.

രണ്ടുമണിക്കൂർ നടത്തവും ഓട്ടവും വർത്തമാനങ്ങളും കഴിഞ്ഞ് ഒൻപതരയ്ക്ക് സൂര്യനസ്തമിക്കാൻ തുടങ്ങിയ സമയത്ത് മുറിയിൽ തിരിച്ചെത്തിയപ്പോൾ കൃതികയ്ക്ക് നല്ല ഉന്മേഷം തോന്നി.

പാർട്ടി

സെപ്തംബറിലെ ഒരു സുപ്രഭാതം.

സെമസ്റ്റർ പരീക്ഷകളും പേപ്പറെഴുതിത്തീർക്കുകയും എല്ലാം കഴിഞ്ഞ് ആശ്വാസമായ ഒരു ദിവസം. മരങ്ങൾ മഞ്ഞയ്ക്കുകയും ചുവക്കുകയും ചെയ്യുന്നതു കണ്ടുകൊണ്ടിരിക്കുവാൻ നല്ല സുഖം തോന്നി. പച്ച പിടിച്ചയിടങ്ങൾ മഞ്ഞ പിടിക്കുന്നതും ചുകപ്പാകുന്നതും എന്ത് ഭംഗി. അത് കഴിഞ്ഞാൽ അവ കൊഴിഞ്ഞുപോകും എന്ന യാഥാർത്ഥ്യം അവളപ്പോൾ ഓർത്തില്ല.

എല്ലാം ഒരു അത്ഭുതം തന്നെ, എന്നും അവൾക്കു തോന്നിയില്ല. വെറുതെ ആസ്വദിക്കുക. അതും മദോന്മത്തമായ ആസ്വാദനമൊന്നുമല്ല അവൾക്ക്. സ്വാഭാവികമായ ഒന്ന് എന്ന പോലെ. എല്ലാം പ്രതീക്ഷിച്ച പോലെ എന്ന ആസ്വദിക്കുന്ന മട്ട്.

അവൾ വിദേശപഠനത്തിനു പോകും എന്നും ആയിടമാണ് അവളുടെ ഇടം എന്നും ജീവിതത്തിൽ പാശ്ചാത്യനാട്ടിലേക്കു ചേക്കേറും എന്നും അവൾ കൗമാരത്തിലെപ്പോഴോ തീരുമാനിച്ചിരുന്നു.

യൂറോപ്പിൽ പഠനവും കഴിഞ്ഞു ജോലിയും കിട്ടിയാൽ മൈഗ്രേറ്റ് ചെയ്യും എന്ന വിവരം പക്ഷേ നിതിൻ ചേട്ടൻ എന്തുകൊണ്ട് അത്ര സീരിയസ്സായി എടുത്തില്ല.

അവൾക്കു അതൊന്നും സാധിക്കില്ല, അത്രയ്ക്കൊന്നും കഴിവില്ല എന്ന് കരുതിയോ... എന്തുകൊണ്ടായാലും വേണ്ടില്ല, അയാൾ അവളുടെ ഭാവി ലക്ഷ്യങ്ങൾ അത്ര വക വെച്ചില്ല; അതിനൊത്ത് വളർന്നില്ല. അവൾക്കത് നിരാശ ജനിപ്പിച്ചിരുന്നു. എങ്കിലും അവളായി അവനെ ഉപേക്ഷിക്കുന്നില്ല എന്നും തീരുമാനിച്ചിരുന്നു.

ഗൾഫിൽ ജോലി നോക്കിക്കോട്ടെ. കല്യാണം കഴിച്ചാൽ വേണമെങ്കിൽ അയാൾക്ക് യൂറോപ്പിലേക്ക് വരാം. തനിക്കു ഇടയ്ക്കു ഗൾഫിലും പോകാം.

പതിനഞ്ചിനും ഇരുപതിനും ഇടയ്ക്കുള്ള പ്രായത്തിൽ ഒരു പെൺകുട്ടിക്ക് എടുക്കാൻ പറ്റിയ തീരുമാനങ്ങളാണോ ഇതൊക്കെ

എന്ന് ആളുകൾ പുച്ഛിക്കും എന്ന് തോന്നിയതിനാൽ ആരോടും പറഞ്ഞില്ല. എന്നാൽ മനസ്സിൽ കുറിച്ചിട്ടിരുന്നു.

രണ്ടാഴ്ചക്കുശേഷം ഫ്രൈബുർഗിലേക്കു പോകുവാനുള്ള ഒരുക്കങ്ങൾ മാത്രമാണിനി ചെയ്യാനുള്ളത്. അടുത്ത രണ്ടു സെമസ്റ്ററുകൾ ഫ്രൈബുർഗിൽ ചെയ്യുവാനുള്ള ഓപ്ഷൻ കൃതിക തിരഞ്ഞെടുത്തിരുന്നു. ഇന്റേൺഷിപ്പ് എന്നപോലെ എടുക്കേണ്ടവർക്ക് എടുക്കാമായിരുന്നു.

ഇനി ഒരു വർഷക്കാലം ഒരു കൊച്ചുസിറ്റിയിലാകാം എന്നു തോന്നി. തിരക്കുകുറഞ്ഞ, താരതമ്യേന താപമാനമുള്ള സിറ്റിയിലേക്കു പോകുന്നത് വിന്ററിന്റെ കാഠിന്യം കുറച്ചേക്കുമെന്നും ചിലർ അഭിപ്രായം പറഞ്ഞുകേട്ടു.

ഫ്രാങ്ക്ഫുർട്ടിൽ ഒരേ ക്ലാസ്സിലുണ്ടായിരുന്ന ആരും തന്നെ ഫ്രൈബുർഗിലേക്ക് പോകാൻ തിരഞ്ഞെടുത്തിട്ടില്ല.

അതിലെന്തിരിക്കുന്നു. കൃതികയ്ക്ക് ക്ലാസ്സിലെ ആരും തന്നെ ഇപ്പോഴും കൂട്ടുകാരായിട്ടില്ല.

തപതിയെ ആദ്യമൊക്കെ ഇടയ്ക്ക് കണ്ടിരുന്നുവെങ്കിലും പിന്നെ ക്ലാസ്സിനിടെ ചിലപ്പോൾ അല്ലാതെ കാണാറില്ല. മറ്റെല്ലാവരും അങ്ങനെത്തന്നെ. പൊതുവെ എല്ലാവരും കണ്ടുമുട്ടുന്നത് ഇ-മെയിലിലൂടെ സമയവും സ്ഥലവും തീരുമാനിച്ചാണ്.

പ്രൊഫസർമാരെ കണ്ട് സംസാരിക്കണമെങ്കിൽ അപ്പോയ്ന്റ്മെന്റ് ഫിക്സ് ചെയ്യുന്നതുപോലെ സെക്രട്ടറിമാരോട് എഴുതിച്ചോദിക്കേണ്ടതില്ല എന്ന വ്യത്യാസം മാത്രം.

അങ്ങനെ അപ്പോയ്ന്റ്മെന്റ് ഫിക്സിങ്ങ് പെട്ടെന്നു മടുത്തതിനാൽ കൃതിക ആരെയും കണ്ടുമുട്ടാനും പ്രോഗ്രാമുകൾ ഉണ്ടാക്കാനുമുള്ള മുൻകൈയൊന്നും എടുക്കാതായി. വഴിയിൽ എവിടെയെങ്കിലും വെച്ചു കണ്ടാൽ ഹലോ എന്നോ ഹൗ ആർ യു എന്നോ പറയും. അത്ര മാത്രം.

കുറച്ചുകൂടി ചെറിയ ഒരു സിറ്റിയാണെങ്കിൽ ആളുകൾ തമ്മിൽ കൂടുതൽ ഇടപെടലോ സൗഹൃദമോ ഉണ്ടാകുമായിരിക്കും എന്ന് കൃതിക വെറുതെ സങ്കൽപ്പിച്ചു.

രാവിലെത്തന്നെ വെയിലുദിച്ചതും നോക്കി, അവൾ ജനാലയ്ക്കൽ നിന്നു. താഴേനിന്നു പടർന്നുയർന്നുവന്ന റോസാ ചെടിയിലെ പൂക്കൾ വാടിക്കരിഞ്ഞിരിക്കുന്നു. അവയുടെ ഇതളുകൾ കൊഴിയാറായിരിക്കുന്നു. അവൾ താഴോട്ട് തലനീട്ടി കൈയും നീട്ടി അവയെ കുലുക്കി. ഇതളുകൾ മുഴുവനും ഒന്നൊന്നായി കൊഴിഞ്ഞു താഴെ വീണു.

താഴെയായി സൈക്കിൾ സ്റ്റാന്റ് ആണ്. താഴേക്ക് നോക്കിയപ്പോൾ ഡോറിസ് അവിടെനിന്ന് സൈക്കിൾ ചങ്ങലയ്ക്കിട്ട് മുകളിലേക്ക് നോക്കുന്നതും കൈവീശുന്നതും കണ്ടു.

ഇങ്ങോട്ട് വരുന്നു എന്നപോലെ ആംഗ്യവും കാണിച്ചു. ആംഗ്യം കൃത്യമായും മനസ്സിലായില്ലെങ്കിലും കൃതിക മുറിയുടെ വാതിൽ തുറന്ന് പുറത്തുനിന്ന് കോണിയുടെ ഭാഗത്തേക്ക് നോക്കി.

ഡോറിസ് രാവിലത്തെ ഓട്ടമോ സൈക്ലിങ്ങോ കഴിഞ്ഞ് വരികയാവാം. അപ്പോൾ അവൾ ലിഫ്റ്റിൽ കയറില്ല. പടികൾ ചാടിക്കയറിയേ വരൂ. വിചാരിച്ചപോലെ ഡോറിസ് ആ ഭാഗത്തുകൂടെ വന്നു.

''കൃതിക, വി സം ഫ്രണ്ട്സ് ആർ ഗോയിങ്ങ് ഫോർ എ പാർട്ടി റ്റു നൈറ്റ്, യു ലൈക്ക് റ്റു ജോയിൻ?''

ഇവൾ വ്യത്യസ്തയാണെന്ന് കൃതികയ്ക്ക് തോന്നി.

ഇങ്ങനെ വഴിയിൽവെച്ച് കാണുമ്പോൾ അവിടെ വരുന്നോ ഇവിടെ വരുന്നോ എന്ന് ചോദിക്കുക ജർമ്മനിയിൽ പതിവില്ല എന്നാണ് അവൾക്കിതുവരെ തോന്നിയിട്ടുള്ളത്. ഇറ്റലിയിൽ പതിവുണ്ടോ ആവോ. എന്തായാലും കൃതിക സന്തോഷത്തോടെ പറഞ്ഞു.

''യാ, വുഡ് ലൈക്ക് റ്റു ജോയിൻ.''

അവളുടെ ആകാംക്ഷ ഫ്രണ്ട്സ് എന്നാൽ ആരൊക്കെയാവാം എന്നായിരുന്നു. എന്നാലും കൂടുതലൊന്നും ചോദിക്കും മുൻപ്,

''ദെൻ സിയൂ ഹിയർ സ്വാൻസിഗ് ഉവർ.''

സ്വാൻസിഗ് ഇരുപത്, ഉവർ മണിക്കൂർ... അതായത് രാത്രി എട്ടു മണിക്ക്.

കൃതിക മനസ്സിലാക്കി.

ഭാഷ ജർമ്മൻ കലർന്നതാവുക ഡോറിസിന് സാധാരണയെളുപ്പത്തിൽ കഴിയും.

അവൾ ജർമ്മൻ ഭാഷ പഠിച്ചിട്ടുണ്ട്. കൂടാതെ ഇവിടെ ലിംഗ്വിസ്റ്റിക്സിലാണ് ഡിഗ്രിയെടുക്കുന്നതും. ഇംഗ്ലീഷ് വലിയ തഴക്കമില്ല. അത്യാവശ്യം ഒപ്പിക്കും എന്നേയുള്ളൂ.

എങ്കിലും കണ്ടുമുട്ടിയിട്ടുള്ള പല ജർമ്മൻ വിദ്യാർത്ഥികളേക്കാൾ ഇംഗ്ലീഷ് ഇറ്റലിക്കാരി പറയുന്നുണ്ട്. ഇറ്റലിയിലും ആളുകൾക്ക് അത്രയ്ക്കൊന്നും ഇംഗ്ലീഷ് അറിയില്ല എന്ന് ഡോറിസ് തന്നെ പറയാറുണ്ട്.

'പക്ഷേ ഇറ്റാലിയൻസ് ജർമ്മൻസിനെപ്പോലെ, നിങ്ങൾ ഇറ്റാലിയൻ തന്നെ പറയണം എന്നൊന്നും നിർബന്ധിക്കില്ല കേട്ടോ. ഞങ്ങൾ കുറച്ചുകൂടി ഫ്രണ്ട്‌ലിയാണ്,' എന്നവൾ തന്നെ കൂട്ടിച്ചേർത്തിരുന്നു.

കൃതികയന്ന് വൈകുന്നേരംവരെയും ഓൺലൈനായി വന്നിട്ടുള്ള പുതിയ സിനിമകളുടെ ട്രെയിലറുകൾ യൂട്യൂബിൽ കണ്ടുകൊണ്ടിരുന്നു.

നാലുമണിക്ക് ഒരു കാപ്പി കുടിച്ചശേഷം കുളിക്കാനായി പോയി. ആറുമണിയോടെ ഒരുങ്ങി.

അവൾ തികച്ചും ഇന്ത്യൻ സ്റ്റൈലിലുള്ള ഒരു കോട്ടൺ ടോപ് ഉണ്ടായിരുന്നത് ധരിച്ചു. സാധാരണ ജീൻസിന്റെ കൂടെ നാട്ടിലും ഇടാറുള്ളത്. നിറയെ എംബ്രോയിഡറികളാൽ പച്ചയും മഞ്ഞയും ചുകപ്പും പൂക്കളും ഇലകളുമുള്ളവ.

ജാനു വല്യമ്മ കഴിഞ്ഞ കൊല്ലം ബംഗാളിൽ ഡാർജിലിംഗിലും ശാന്തിനികേതനിലും പോയിവന്നപ്പോൾ കൊണ്ടുവന്നതാണ്. അമർ കുടീർ എന്ന് അതിൽ ലേബലുണ്ട് കഴുത്തിനു പിന്നിൽ. ട്രൈബൽ ആളുകൾക്കായി ശാന്തിനികേതനിൽ നടത്തുന്ന കുടിൽവ്യവ്യവസായം പോലെയുള്ള കടയിലെ തയ്യൽ തുണിത്തരങ്ങളാണ് അത്.

അതിന്റെ ഭംഗി എല്ലാ യൂറോപ്യരെയും അദ്ഭുതപ്പെടുത്തും എന്നവൾക്കു തോന്നി. ഒരുപക്ഷേ അവൾ കൊണ്ടുവന്നിട്ടുള്ള ഒരു കേരള മോഡൽ ക്രീം കളർ കസവിന്റെ ജാക്കറ്റിനേക്കാൾ.

ആറുമണിക്ക് ഇരുപത്താറ് ഡിഗ്രി ചൂടു കാണിക്കുന്നുണ്ടെങ്കിലും പത്തുമണി കഴിഞ്ഞ് തിരിച്ചുപോരും നേരത്ത് പതിനാറോ അതിൽ താഴെയോ ആകാമെന്ന് കരുതി ചെറിയ കോട്ടെടുത്ത് ബാഗിന്റെ വള്ളിയിലൂടെ കോർത്തിട്ടു.

ഡോറിസിന്റെ ഒരുക്കം സാധാരണത്തേതിൽ കവിഞ്ഞിട്ടുള്ള തായി കൃതികയ്ക്ക് തോന്നി. അവളുടെ കറുത്ത മുത്തിൻ നീണ്ട കമ്മലും മാലയും അവളെ നോർത്തിന്ത്യക്കാരിയുടെ പോലെ തോന്നിച്ചു.

കൂളിംഗ് ഗ്ലാസ്സ് ഇട്ടിട്ടുള്ളതിനാൽ യൂറോപ്യൻ കണ്ണുകളുടെ വ്യത്യസ്ത സൗന്ദര്യം കാണാൻ പറ്റില്ല എന്നതിനാൽ അവൾ തീർത്തും നോർത്തിന്ത്യൻ സുന്ദരി തന്നെ എന്നു തോന്നിപ്പിച്ചു.

മുട്ടുവരെയുള്ള ജീൻസ് ഷോർട്സും കൈയില്ലാത്ത ബനിയനുമിട്ട് ബോംബെയിലൂടെ നടക്കുന്ന ആറടി പൊക്കത്തിലുള്ള ഒരുവളെപ്പോലെ. അവളുടെ ലിപ്സ്റ്റിക്കിന്റെ നിറം കടുംചുവപ്പായിരുന്നു. എത്ര കോട്ടിങ് ഇട്ടു എന്ന് ചോദിക്കാൻ തോന്നുംവിധം കടുത്ത നിറം.

അവൾ കണ്ടതും കൃതികയുടെ കുപ്പായത്തെ പുകഴ്ത്തി.

കൃതികയും പറഞ്ഞു. ''യു ലുക്ക് സോ പ്രെറ്റി ടുഡേ.''

പിസ്സ ഇറ്റാലിയ എന്ന ഒരു റെസ്റ്റോറന്റിലേക്ക് അവർ ഏഴുമണിയോടെ എത്തി.

അവൾ പറഞ്ഞു, അവളുടെ ബോയ്ഫ്രണ്ടും അവന്റെ ചില ഫ്രണ്ട്സും ഉണ്ടാകുമെന്ന്.

''ബോയ്ഫ്രണ്ട് മീൻസ്.''

കൃതിക സംശയിച്ചപ്പോൾ ഡോറിസ് പറഞ്ഞു,

‘‘ഡേറ്റിങ്ങിന് കണ്ടവനെ മൂന്നാലുതവണ കണ്ടുകഴിഞ്ഞപ്പോൾ ബോയ്ഫ്രണ്ടാക്കാൻ തോന്നി. ഇനിയെന്തായാലും രണ്ടു കൊല്ലത്തേക്ക് ഞാനും അവനും ഫ്രാങ്ക്ഫുർട്ടിൽത്തന്നെ ഒരുമിച്ച് ജീവിക്കും. ബാക്കി കാര്യം പിന്നീടാലോചിക്കാം.’’

അതൊരു പ്രശ്നമല്ലല്ലോ പാശ്ചാത്യ സമൂഹത്തിൽ. ആരും ആരോടും അനാവശ്യ ചോദ്യങ്ങൾ ചോദിക്കുകയില്ല. നിങ്ങൾ കല്യാണം കഴിച്ചോ, കഴിക്കുമോ, എന്നിങ്ങനെയൊന്നും ചോദിക്കില്ല. അങ്ങനെ മാത്രമല്ല ഒരു തരത്തിലും ഇടപെട്ടു കയറി ചോദിക്കരുത്, ഒരു വ്യക്തിപരമായ കാര്യവും എന്നത് ഇവിടെ ഒരു പേരുമാറ്റച്ചട്ടം തന്നെയാണ്.

ഏതു മഹാനും അതു പാലിക്കണം. പാലിച്ചേ പറ്റൂ. ആരും ആരെയും കൂസാതെ ജീവിക്കുന്നത് ചട്ടംപാലിച്ചുകൊണ്ടു തന്നെയാണ്. ഒന്നുരണ്ടു പെൺകുട്ടികളും നാലഞ്ച് ആൺകുട്ടികളും ഇരിക്കുന്ന ടേബിളിലേക്കാണ് അവർ ചെന്നത്. ഡോറിസ് അതിലൊരുത്തനെ ആലിംഗനം ചെയ്ത് ചുംബിച്ചു.

മുടി തോളോളം നീട്ടിവളർത്തി എട്ടുപത്തിഴയായി മെടഞ്ഞ പോലെ കെട്ടിയിട്ടുള്ള ഒരു താടിക്കാരൻ. മുപ്പതു വയസ്സെങ്കിലും തോന്നിക്കുന്ന സുമുഖനായ ഉയരം കുറഞ്ഞ മനുഷ്യൻ.

അവൾ പരിചയപ്പെടുത്തി.

‘‘ടോബർട്ട്, കോംറ്റ് ഔസ് ഹാംബുർഗ്.’’

ജർമ്മനിയുടെ വടക്കു ഭാഗത്തുള്ള ഹാംബുർഗ് എന്ന പ്രദേശത്തു നിന്നുള്ളവനാണ് ടോബർട്ട്.

ഫ്ളാറ്റിൽ ആദ്യമെത്തിയപ്പോൾ അപ്പുറത്തെ മുറിയിൽ താമസിച്ചിരുന്ന ഹാംബുർഗ്കാരനെ കൃതിക ഓർത്തു. ഒന്ന് രണ്ടു തവണയേ അടുക്കളയിൽനിന്ന് കണ്ടിട്ടുള്ളൂ അവനെ. ഇതേ മുഖച്ഛായ. പേരിലും സാമ്യമുണ്ട്.

നോർത്ത് ജർമ്മനിയിലും സൗത്ത് ജർമ്മനിയിലും ആളുകൾ വ്യത്യസ്തരാകുമോ എന്ന് അവൾ വെറുതെ ഓർത്തു.

അവൾ ഷെയ്ക്ക് ഹാൻഡ് ചെയ്തു, ഹലോ എന്നു പറഞ്ഞു.

അവർ അവിടെ ഇരുന്നു. മറ്റുള്ളവർ എന്തൊക്കയോ സംസാരിച്ചുകൊണ്ടിരിക്കുകയാണ് പരസ്പരം. ഓരോ ബിയർ ഗ്ലാസ്സുകൾ എല്ലാവരുടേയും മുന്നിലുണ്ട്.

‘‘വാട്ട് യു വാണ്ട് ടു ഓർഡർ?’’ ഡോറിസ് ചോദിച്ചു.

‘‘എനിതിങ്ങ്... മേ ബി ബിയർ.’’

‘‘യാ, വി കൻ ഓർഡർ സം പിസ ടൂ...’’

അവൾ ബിയറും മോന്തിക്കൊണ്ടിരിക്കെ മറ്റുള്ളവരുമായി ഇടയ്ക്ക് പരിചയപ്പെടുവാൻ ശ്രമിച്ചു. അവർക്കിടയിലെ സംസാരത്തിനിടയ്ക്ക്,

അവളുടെ മുഖത്തുനോക്കുകയും ചിരിക്കുകയുമൊക്കെ ചെയ്തപ്പോൾ അവൾ തന്നെയാണ് അടുത്തിരിക്കുന്ന പെൺകുട്ടിയോട് പേര് ചോദിച്ചത്.

അവൾക്ക് ഇംഗ്ലീഷ് അറിയില്ല എന്നു കണ്ടതോടെ സംസാരം പേരിൽ കഴിഞ്ഞു.

ഡോറിസ് ടോബർട്ടിന്റെ അപ്പുറത്തിരുന്നയാളുമായി സംസാരിച്ചു കൊണ്ടിരിക്കുകയായിരുന്നു. അവർ മൂന്നാളും കൂടിയുള്ള സംസാരം തീരും വരെ പിന്നെ കൃതിക ബോറടിച്ചിരുന്നു.

അതിനിടെ ഡോറിസ് മറ്റുള്ളവരോടും പരിചയപ്പെടുകയോ സംസാരിക്കുകയോ ചെയ്യുന്നുണ്ടായിരുന്നു. ഇങ്ങനെയുള്ള ഗ്രൂപ്പ് ഡൈനിങ്ങിന് പോകില്ല ബോറടിയായിരിക്കും എന്ന് അവൾ കരുതിയിരുന്നു. ഡോറിസ് ആയതുകൊണ്ട് അവൾ പോകാമെന്നു കരുതിയതാണ്. ബോയ്ഫ്രണ്ടും കൂട്ടുകാരുമൊക്കെയാണെങ്കിൽ വരണ്ടായിരുന്നു.

കൃതിക ബിയർ വലിച്ചുകുടിച്ചുകൊണ്ടിരുന്നു. നിമിഷങ്ങൾക്കുള്ളിൽ അവളെ അത്ഭുതപ്പെടുത്തുംവിധം ഡോറിസ് നിവർന്നു നിന്നുകൊണ്ടുപറഞ്ഞു.

''സോ.. ഫ്രണ്ട്സ്, ലെറ്റ് മി ഇൻട്രൊഡ്യൂസ് കൃതിക... കോംറ്റ് ഔസ് ഇൻഡിയൻ.''

ഇവിടെ കൂടിയിരിക്കുന്നതിൽ നമ്മുടെ ഭാഷകൾ സംസാരിക്കാത്ത ഒരാൾ ഇവിടെയുണ്ട്. ഇന്ത്യയിൽ നിന്നുമുള്ള കൃതിക എന്ന് പറഞ്ഞു കൊണ്ടാണ് അവൾ പരിചയപ്പെടുത്തൽ തുടങ്ങിയത്.

പിന്നെയവൾ ഓരോരുത്തരെയായി കൃതികയ്ക്ക് പരിചയപ്പെടുത്തി. അക്കൂട്ടത്തിൽ അല്പമെങ്കിലും ഇംഗ്ലീഷ് ഭേദപ്പെട്ട രീതിയിൽ സംസാരിക്കുന്നത് ഡോറിസ് മാത്രമായിരുന്നു.

മറ്റെല്ലാവരും ജർമ്മൻ സംസാരിക്കും. ജർമ്മൻകാരായ മൂന്നാളും ഇറ്റലിക്കാരായ രണ്ടാളും ജർമ്മൻകാരികൾ തന്നെയായ രണ്ടു പെൺകുട്ടികളുമായിരുന്നു ആ കൂട്ടത്തിൽ ടോബർട്ടടക്കം ഉണ്ടായിരുന്നത്.

പിസ കഴിച്ചുതീരുംവരെയും പോരുംവരെയും ഇടയ്ക്കിടെ ഡോറിസുമായി എന്തെങ്കിലും സംസാരിക്കുക എന്നല്ലാതെ അവൾക്കു ബോറടിക്കാതിരിക്കാൻ മറ്റു മാർഗ്ഗമില്ലായിരുന്നു.

രണ്ടു മണിക്കൂറോളം കഴിഞ്ഞു.

എല്ലാവരും അവരവരുടെ ഭക്ഷണത്തിന്റെയും ഡ്രിങ്കിന്റെയും വില കണക്കാക്കിയത് കൊടുത്തു.

തിരിച്ചുപോരുമ്പോൾ ഏകദേശം പതിനൊന്നു മണിയായി. അവൾ തനിച്ചാണ് സൈക്കിൾ ചവിട്ടിക്കൊണ്ടു പോന്നത്. ഡോറിസ് കാമുകന്റെ കൂടെ അവന്റെ റൂമിലേക്ക് പോകുകയാണെന്ന് പറഞ്ഞു.

വിചിത്രമായ പെരുമാറ്റങ്ങൾ

ഡോറിസിനെ പിന്നീട് കാണുമ്പോഴും ബോയ്ഫ്രണ്ട് കൂടെയുണ്ടായിരുന്നു. അതിനാൽ കൃതിക പരമാവധി അവളിൽ നിന്ന് ഒഴിഞ്ഞു നടന്നു.

കുറെനാൾക്കു ശേഷം കൃതിക സിമ്രാനെക്കുറിച്ച് ഓർത്തു. തവിട്ടു കലർന്ന കറുപ്പ് തൊലിനിറവും പൂർണമായും ദ്രാവിഡ ഛായയുടെ ലക്ഷണങ്ങൾ മുഖത്ത് തോന്നിക്കുന്നതുമായ സാമാന്യം തടിച്ച പെൺകുട്ടിയുടെ പതുങ്ങിയ ഭാവം അവൾക്കു മനസ്സിലുറച്ചിരുന്നു.

ഇടപെടലിൽ ഒരു ഇന്ത്യൻ സ്ത്രീയുടെ അടക്കവും ക്ഷമയും ഉണ്ടായിരുന്നതുപോലെ തോന്നിച്ചു ശരീരഭാഷ. പക്ഷേ മനസ്സിൽ പൂർണ്ണമായും ജർമ്മൻ സംസ്കാരത്തിന്റെ രീതിയാണ് ഉള്ളത് എന്ന് പിന്നീടാണ് തോന്നിയത്.

തിങ്കളാഴ്ച കാണാമെന്ന തീരുമാനത്തിൽ ലൈബ്രറി ടോയ്ലെറ്റിലുള്ള വാഷ്ബേസിനടുത്തെ പൈപ്പിൻചുവട്ടിലെ സോപ്പുപെട്ടിക്കടുത്തു നിന്നു പോയ സിമ്രാൻ, ആദ്യത്തെ ആ വിശദമായ മീറ്റിങ്ങിൽത്തന്നെ ഇന്ത്യയുടെ കുറെ പ്രത്യേകതകളെക്കുറിച്ച്, അവൾ കേട്ടതിനെപ്പറ്റിയൊക്കെ വിശദമായി ചോദിച്ചിരുന്നു.

കുറെ നേരം ഒരു കാപ്പിഗ്ലാസ്സും കൊണ്ട് മേശയ്ക്കരികിൽ ഇരുന്നു സംസാരിച്ചു അവർ അന്ന്. അങ്ങനെ രണ്ടു മൂന്നു തവണ അവർ കണ്ടുമുട്ടി സംസാരിച്ചിരുന്നു.

പിന്നീട് ഒരു ദിവസം കഫെയിൽക്കാണാമെന്നവൾ പറഞ്ഞ സമയത്തിന് പത്തു മിനുട്ടു വൈകിവന്നതിനാൽ, പിന്നീടിനി കാണില്ല എന്ന് പറഞ്ഞു പോയവളാണ്.

അവളെ വിളിക്കുകയോ മെസ്സേജയയ്ക്കുകയോ ചെയ്തു. വീണ്ടും കണ്ടുമുട്ടണമെന്നു കൃതികയ്ക്കു തോന്നി.

തന്റെ കൂടെ ഇന്ത്യയിലേക്ക് വരണമെന്നും യഥാർത്ഥ അച്ഛനമ്മമാരെ കണ്ടെത്താൻ കഴിയുമോന്നു ശ്രമിക്കണമെന്നും അവൾ പറഞ്ഞിരുന്നു. ഒന്നിനും വേണ്ടിയല്ല, വെറുതെ കണ്ടുമുട്ടുക.

അതല്ലെങ്കിൽ, തന്നെ ദത്തെടുത്ത ആ അനാഥാശ്രമത്തിലെങ്കിലും ഒന്ന് സന്ദർശിക്കണം എന്നവൾ ആഗ്രഹിച്ചിരുന്നു. ഇന്ത്യയെക്കുറിച്ചു കുറെ അറിയണമെന്നുണ്ടായിരുന്നു അവൾക്ക്. ചരിത്രങ്ങളും വേഷം, ഭാഷ ആചാരങ്ങൾ എന്നിങ്ങനെ.

അവളുടെ ജർമ്മൻകാരായ അച്ഛനമ്മമാർ കുറെ വയസ്സായിരിക്കുന്നെന്നും അവരെ നോക്കുകയും ശുശ്രൂഷിക്കുകയും ചെയ്യുക എന്ന കർത്തവ്യവും കൂടി അവളിലുണ്ട് എന്നും അവളുടെ വർത്തമാനത്തിൽ നിന്നും തോന്നിയിരുന്നു. അതിനാൽത്തന്നെ അവളെ വീണ്ടും കണ്ടുമുട്ടുന്നതിനായി കൃതിക ഇ-മെയിൽ അയച്ചിരുന്നു.

സ്റ്റോപ്പിലെത്തുന്ന സമയത്ത് ട്രാം വിട്ടുപോയിയെന്നും അടുത്ത ട്രാമിൽ പത്തുമിനിറ്റിനു ശേഷം എത്തുമെന്നും അപ്പോൾത്തന്നെ മെസ്സേജയച്ചതല്ലേ എന്നും കഫെയിൽ പത്തു മിനുട്ടു കാത്തിരുന്നതിൽ എന്തെങ്കിലും പ്രശ്നമുണ്ടോ എന്നും ഒക്കെ അന്ന് തന്നെ ചോദിച്ചതാണ്.

അങ്ങനെ അത്ര ഔപചാരികമായ അപ്പോയ്ന്റ്മെന്റ് ഫിക്സ് ചെയ്യലാണെങ്കിൽ, എപ്പോൾ സംസാരം നിർത്തി പോകണമന്നതിനെക്കുറിച്ച് താൻ സമയം നിശ്ചയിച്ചിരുന്നില്ലല്ലോ എന്നും ചോദിച്ചിരുന്നു.

അതിനവൾ മറുപടി എഴുതിയില്ല എന്നു മാത്രമല്ല, ഇനി കാണില്ല എന്ന് മാത്രം സന്ദേശമയച്ചു.

മനുഷ്യരുടെ വിചിത്രമായ പെരുമാറ്റങ്ങൾ ചിലപ്പോൾ വലിയ ആശയക്കുഴപ്പം സൃഷ്ടിക്കുകയും മനസ്സിൽ തിളച്ചു നിൽക്കുകയും ചെയ്യും.

അപമാനത്തിന്റെയോ ആശയക്കുഴപ്പത്തിന്റെയോ കാർമേഘം മനസ്സിലടിഞ്ഞു കൂടി മഴകോരിച്ചൊരിയുന്ന പോലെ കണ്ണീർച്ചാലായി, കൃതികയുടെ മുഖമന്ന്.

സൗഹൃദങ്ങൾ കുമിള പോലെ പൊട്ടുന്നത് ഇത്ര മാനസിക പ്രശ്നമുണ്ടാക്കുമെന്നു കൃതികയ്ക്കു ആദ്യത്തെ അനുഭവമായിരുന്നു. സ്കൂളിലും കോളേജിലും കൂടെയുണ്ടായിരുന്നവരൊക്കെ ഏറ്റവുമടുത്ത കൂട്ടുകാർ വരെ, പലപ്പോഴും സൗഹൃദം നില നിർത്തുന്നവരൊന്നുമല്ല.

എങ്കിലും അവരവിടെയുണ്ട് സുഹൃത്തുക്കളായി എന്ന തോന്നൽ മാനുഷർക്ക് ഉണ്ടാകും. ഏതു സമയത്തും സൗഹൃദങ്ങൾ പ്രവർത്തിക്കും എന്ന തോന്നൽ. അങ്ങനെയൊന്നു ഇല്ലാത്ത വിധം സുഹൃത്തുക്കൾ പിണങ്ങിപിരിഞ്ഞു പോകുംപോലെ പെരുമാറുന്നത് എത്ര മാനസികാസ്വാസ്ഥ്യമാണ് എന്ന് കൃതിക ചിന്തിച്ചു.

ആരോടെങ്കിലും ഇതേപ്പറ്റി സംസാരിക്കണമെന്ന് അവൾക്കു തോന്നി.

രണ്ടു മാസത്തോളമായി കണ്ടിട്ടില്ലായിരുന്നുവെങ്കിലും അവൾ അന്ന് പാട്രിക്കിനെ കാണണമെന്ന് സന്ദേശമയച്ചു. അവനെ അടുക്കളയിൽ ഇടയ്ക്കു കണ്ടിരുന്നതൊഴിച്ചാൽ വേറെ കണ്ടുമുട്ടലൊന്നും ഉണ്ടായിട്ടില്ല. ആദ്യ ദിവസങ്ങളിൽ ഷോപ്പിംഗിനു പരിചയപ്പെടുത്താൻ വഴിനടന്നതല്ലാതെ പുറത്തെങ്ങും വെച്ച് അവനെ കണ്ടിട്ടില്ല.

കഫെയിൽ വെച്ച് കാണാം എന്നവൻ പറഞ്ഞു. കൃതികയുടെ വകുപ്പ് കെട്ടിടത്തിനടുത്തുള്ള കഫേയിലേക്കു അവൻ ക്ഷണിച്ചു.

യൂണിവേഴ്സിറ്റി കഫെയല്ലാതെ ചില റെസ്റ്റോറന്റുകളിൽ പോയിട്ടുണ്ട് ഡോറിസും കൂടി, എന്നല്ലാതെ അവൾക്കു അധികം കഫേകളുടെ പേരുകൾ പറഞ്ഞാൽ സ്ഥലം അറിയില്ലായിരുന്നു.

പാട്രിക് മാപ്പിൽ എവിടെയാണ് സ്ഥലം എന്ന് വിശദീകരിച്ചു കൊടുത്തു. വഴി ഗൂഗിളിൽ തിരഞ്ഞു വായിച്ചാലും മതി, എങ്കിലും എത്തിപ്പെടാൻ പലപ്പോഴും കഷ്ടം തന്നെ.

കേരളത്തിൽ നിന്ന് പോരുമ്പോൾ അധികം പ്രചാരത്തിലായിട്ടില്ലാത്ത ടച്ച്ഫോൺ വാങ്ങിയതിനാൽ അതിൽ ഇന്റർനെറ്റ് എടുക്കുകയും സെർച്ച് ചെയ്യുകയുമൊക്കെ ചെയ്യും.

പാട്രിക് കഫെയുടെ മുൻപിൽത്തന്നെ നിൽക്കുന്നുണ്ടായിരുന്നു. അവർ ആലിംഗനം ചെയ്തുകൊണ്ട് ഹലോ എന്ന് പറഞ്ഞു. ആദ്യമായിട്ടാണ് അത്ര ഔപചാരികമായിട്ടവനെ കാണുന്നതും ആലിംഗനത്തിലൂടെ വിഷ് ചെയ്യുന്നതും.

അവൾക്ക് അല്പം അമ്പരപ്പ് തോന്നിയിരുന്നു എങ്കിലും പുറത്തു കാണിച്ചില്ല.

അടുക്കളയിൽ കാണുമ്പോൾ ആലിംഗനം ചെയ്തു വിഷ് ചെയ്യേണ്ടതില്ലല്ലോ. എങ്കിലും ഹലോ എന്ന് പറയാറുള്ളതാണ്.

അവനെ കാണണം, സംസാരിക്കണം എന്ന് പറഞ്ഞാൽ അടുക്കളയിൽ വരുന്ന സമയം പറയുമെന്നാണ് അവൾ കരുതിയത്. അല്ലാതെ കഫെയിൽ കാണാമെന്നു പറഞ്ഞ് ഇത്ര ഔപചാരികമാക്കുമെന്നു കരുതിയില്ലായിരുന്നു. അവൾക്കല്പം പരുങ്ങൽ തോന്നിയെങ്കിലും ആ മുഹൂർത്തം അവൾക്കിഷ്ടപ്പെട്ടു.

മേശയ്ക്കപ്പുറവും ഇപ്പുറവും ഇരുന്നപ്പോൾ അവൻ പറഞ്ഞു, നിന്റെ കണ്ണ് വല്ലാതെ ചുവന്നിരിക്കുന്നു എന്ന്.

പോരും മുൻപ് അവൾ കണ്ണാടിയിൽ നോക്കിയപ്പോൾ കണ്ടിരുന്നു. രക്തം തിളച്ചു കണ്ണിലേക്കിരമ്പിക്കയറിയ പോലെ തോന്നി. രോഷം

മൂത്ത പോലെയാണവൾ സിമ്രാന്റെ പ്രതികരണത്തെക്കുറിച്ചു പറഞ്ഞത്.

പാട്രിക് എല്ലാം ശാന്തനായി കേട്ടിരുന്നു. അതിനിടെ അവർ ആവശ്യപ്പെട്ട കാപ്പിയും കെയ്ക്കും വന്നു. അവർ അത് കഴിക്കുന്നതിനിടെ വെറുതെ പരസ്പരം നോക്കിയിരുന്നു.

കുറച്ചിട കഴിഞ്ഞു പാട്രിക് പറഞ്ഞത്, അത് കാര്യമാക്കണ്ട എന്നാണ്. അതല്ലാതെ അതിൽ ഒരു തരം ജഡ്ജ്മെന്റും അവൻ നടത്തിയില്ല.

''യു ജസ്റ്റ് റിലാക്സ്, ലീവ് ദാറ്റ് ടോപ്പിക്ക്'' എന്നും പറഞ്ഞു.

എന്നാലും ആ കുട്ടി അവളുടെ സാഹചര്യങ്ങളിൽ സേഫ് ആണോ എന്തോ എന്നും അവളുടെ ജർമ്മൻകാരായ അച്ഛനമ്മമാർക്ക് അവൾ ഇന്ത്യയിലേക്ക് പോകുന്നത് ഇഷ്ടമല്ല എന്നതാകുമോ അവളുടെ ദേഷ്യത്തിന്റെ കാരണം എന്നും അവൾ ആലോചിച്ചു.

അവളുടെ ആഗ്രഹങ്ങളിൽ ഇന്ത്യയിലേക്ക് സന്ദർശിക്കണമെന്നൊക്കെയുണ്ടല്ലോ എന്ന ആകാംക്ഷയും വിട്ടുപോകുന്നില്ല എന്നവൾ പറഞ്ഞപ്പോൾ, വിഷയം മാറ്റിക്കൊണ്ട് അവൻ അവളുടെ അടുത്ത സെമസ്റ്റർ പ്രോഗ്രാമുകളെക്കുറിച്ചു ചോദിക്കാൻ തുടങ്ങി.

ഫ്രാങ്ക്ഫുർട്ടിൽനിന്നും ഫ്രെയ്ബുർഗിലേക്കു മാറുന്നതിന്റെ കാര്യങ്ങൾ അവൾ പാട്രിക്കിനോട് പറഞ്ഞു.

എങ്കിൽ അതിനുമുൻപ് ഒരു ഡിന്നറിനു ചേർന്നാലോ എന്നവൻ ചോദിച്ചു.

കുറെ കൂട്ടുകാർ കൂടിയിട്ടുള്ള ഡിന്നർ ആണെങ്കിൽ അവളില്ല, മുൻപ് ഡോറിസിന്റെ കൂടെ പോയിട്ട് ബോറടിച്ചു എന്ന് കൃതിക പറഞ്ഞപ്പോൾ, പാട്രിക് ഉറക്കെ ചിരിച്ചു.

പാശ്ചാത്യ പുരുഷന്മാർ അങ്ങനെ ഉറക്കെ അട്ടഹസിക്കുന്നതു അവൾ ഇതുവരെ കണ്ടിട്ടില്ല.

അത്ഭുതത്തിലൂറിയ ഒരു ചിരി അവളും ചിരിച്ചു.

അവന്റെ ചെമ്പൻ മുടിയും ചെമ്പൻ താടിയും തടവിക്കൊണ്ട് അവൻ പറഞ്ഞു.

''ഒൺലി യു ആൻഡ് മി.''

കൃതികയുടെ ഉള്ളിലെ കാർമേഘം പെട്ടെന്ന് മാഞ്ഞു പ്രകാശം പരന്നതുപോലെ തോന്നി. പെയ്തുപോകേണ്ടതില്ലാത്ത മഴക്കാറും ഉണ്ട്. മഴക്കാറ് മാഞ്ഞുപോയി പ്രകാശമുദിക്കുമ്പോൾ സന്തോഷമായുള്ള അവസരങ്ങളും ഉണ്ടാകും. വസന്തകാലത്തിൽ മുഴുവനും കണ്ട കാഴ്ചയും അത് തന്നെ...

വലിയ മഴ കോരിച്ചൊരിഞ്ഞതേയില്ല. ചിലപ്പോൾ ചാറ്റൽ മഴയോടെയും ചിലപ്പോൾ അതുമില്ലാതെയും മഴക്കാറ് മാഞ്ഞുപോകും.

അവളുടെ കണ്ണുകൾ അവന്റേതുമായി ഉടക്കി വലിഞ്ഞു. അവൻ അവളെത്തന്നെ നോക്കിക്കൊണ്ടു പുഞ്ചിരി തൂകിയിരിക്കുകയായിരുന്നു.

ഒന്നും മനസ്സിലാകാത്തവിധം രണ്ടു പേരും കണ്ണുകൾ വലിച്ചു ഗ്ലാസ്സുകളിൽ നോക്കി. കാപ്പി കഴിഞ്ഞിരുന്നു. കെയ്ക്കും കഴിച്ചു കഴിഞ്ഞിരുന്നു.

അവർ ബില്ല് പകുത്തു നൽകി.

തിരികെ നടക്കുമ്പോൾ അവർ സൈക്കിൾ ഉരുട്ടിക്കൊണ്ടു കുറെ ദൂരം പൊതുകാര്യങ്ങൾ സംസാരിച്ചുകൊണ്ട് നടന്നു. പിന്നെ ഒന്നും മിണ്ടാതെ കുറെ നടന്നു.

വഴികൾ പലതു തിരിഞ്ഞും മറിഞ്ഞും പിന്നിട്ടു. ഒരു മണിക്കൂറോളമായപ്പോൾ കൃതിക ചോദിച്ചു.

''ഷാൾ വി റൈഡ് ബാക് ഹോം?''

ഹോം എന്ന വാക്കാണ് അവൾ ഉപയോഗിച്ചത് എന്നതിലാവുമോ പാട്രിക് ചിരിയോടെ അവളെ തുറിച്ചു നോക്കി.

ഒരേ ഫ്ളാറ്റിൽ അപ്പുറത്തെ മുറിയിൽ ആറുമാസത്തോളമായി താമസിക്കുന്ന ആളായിരുന്നു ഇയാൾ എന്ന തോന്നലൊന്നും അവൾക്കുണ്ടായിരുന്നില്ല. എപ്പോഴെങ്കിലും കാണുന്ന സംസാരിക്കാൻ പറ്റിയ ഒരു ഫ്രണ്ട് എന്ന് മാത്രം തോന്നിയിരുന്നു.

പാട്രിക് അവിടെ നിന്നുകൊണ്ട് പറഞ്ഞു, ''ഓക്കെ, യു ഗോ.. ഐ വിൽ കം ലെയ്റ്റർ ഒൺലി.''

അവനു കുറെ നേരം കൂടി ലൈബ്രറിയിൽ ഇരിക്കുന്ന പതിവുണ്ട് എന്നും പറഞ്ഞു.

പലപ്പോഴും രാത്രി മുഴുവനും ആണത്രേ ലൈബ്രറിയിൽ ഇരിക്കുക. പകൽ ഒരു ചെറിയ ജോലിക്കു പോകുന്നുണ്ട് എന്നും പറഞ്ഞു. പലപ്പോഴും പല ഷിഫ്റ്റ് സമയമായിരിക്കും. അവനു ഫെല്ലോഷിപ്പ് ഒന്നുമില്ല. എങ്കിലും ഇവിടെ ജീവിച്ചു പോകാനുള്ളത് ജോലിയിൽ നിന്ന് കിട്ടുമെന്നും പറഞ്ഞു.

ഇവിടങ്ങളിൽ വീട്ടുകാരിൽനിന്നും പണം മേടിക്കുന്ന പതിവില്ലാത്തതിനാൽ അതുണ്ടാകില്ലായിരിക്കും എന്ന് കൃതിക ഊഹിച്ചു.

രണ്ടുപേരും സൈക്കിളുകളിൽ കയറി അവരവരുടെ ദിശയിൽ പോകുന്നതിനു മുൻപ് ആലിംഗനം ചെയ്തു.

''ഗുട്ടെ നാഹ് റ്റ്, ച്യൂസ്.''

അവൻ ശുഭരാത്രി എന്നും ഗുഡ്ബൈ എന്നും ആശീർവദിച്ചു.

ആസ്ത്രിയക്കാരുടെയും മാതൃഭാഷ ജർമ്മൻ തന്നെയായതിനാലവനിൽ നിന്ന് പലപ്പോഴും ജർമ്മൻ വാക്കുകൾ വഴുതിവീഴാറുണ്ട്. ഇംഗ്ലീഷിൽ നന്നായി സംസാരിക്കുന്നതിനിടയിലും.

സിമ്രാന്റെ വിചിത്രമായ പെരുമാറ്റത്തെക്കുറിച്ചു സംസാരിക്കാൻ വിളിച്ചിട്ടിപ്പോൾ ഇവന്റെ വിചിത്രമായ പെരുമാറ്റമാണ് തന്നെ അലട്ടുന്നത് എന്നവൾക്കു തോന്നി.

അതോ അവളുടെ തന്നെ വിചിത്രമായ പെരുമാറ്റമാണോ അവളെ അലട്ടുന്നത് എന്നും അവൾ ചിന്തിച്ചു!

എന്തിനാണ് അവൾ സിമ്രാന്റെ കാരണമെങ്കിലും വിഷമം വന്നപ്പോൾ പാട്രിക്കിനെ കാണണം സംസാരിക്കണം എന്ന് പറഞ്ഞു വിളിച്ചത് എന്ന് സ്വയം പെരുമാറ്റ വിശകലനം നടത്തിക്കൊണ്ടാണ് അവൾ മുറിയിലെത്തിയത്.

മുറിയിലേക്ക് കയറും മുൻപ് അവൾ പാട്രിക്കിന്റെ പൂട്ടിക്കിടന്നിരുന്ന വാതിലിലേക്ക് ഒന്നു നോക്കി.

ഡിന്നറും വിവാഹവാർത്തയും

പരീക്ഷകളും മറ്റെല്ലാ പണികളും നന്നായി നടന്നു എന്ന ആശ്വാസത്തിൽ കൃതിക ദിവസവും കുറെ നേരം സൈക്കിൾ ചവിട്ടി ചുറ്റിക്കറങ്ങാറുണ്ടായിരുന്നു.

പാട്രിക്കിന്റെ കൂടെയുള്ള ഡിന്നർ തീരുമാനിച്ച ദിവസം കൃതിക പകലൊന്നും എവിടെയും പോയില്ല. അവൾ അടുക്കളഭാഗത്തേക്കും പോയില്ല.

റൂമിൽ വെച്ചിട്ടുള്ള ബോയ്ലറിൽ കാപ്പിയുണ്ടാക്കി ക്രോയ്സന്റ് എന്ന ബ്രെഡും കഴിച്ചു രാവിലെ. ഉച്ചയ്ക്ക് രണ്ട് ആപ്പിൾ മാത്രം കഴിച്ചു.

രാവിലെയും ഉച്ചയ്ക്കുശേഷവും കുളിച്ചു. അവൾക്കു വിയർക്കും പോലെ തോന്നിയിരുന്നു. വായിക്കാനോ മറ്റെന്തെങ്കിലും ചെയ്യാനോ ആകാതെ അവൾ എങ്ങനെയോ വൈകുന്നേരമാക്കി.

വൈകുന്നേരം അവൾ പ്രത്യേകം വാങ്ങിച്ച ലിപ്സ്റ്റിക്കും കണ്മഷിയും അണിഞ്ഞു. പൊട്ടു വെയ്ക്കണം എന്നത് നാട്ടിലെ നിർബന്ധമുള്ളൂ എന്നതിനാൽ, ഇവിടെയെത്തിയത് മുതൽ അവൾ അതുപേക്ഷിച്ചിരുന്നു. എങ്കിലും ഒന്ന് വ്യത്യസ്തയാവാനായി അവൾ ഒരു ചെറിയ ചുവപ്പു പൊട്ടും എടുത്തണിഞ്ഞു. അവളുടെ സ്ലീവില്ലാത്ത ഷർട്ടും ചുവപ്പായിരുന്നു. നീലജീൻസും ചുവപ്പുഷർട്ടും. ഏറ്റവും നനുത്ത, കഴുത്തിറങ്ങിയ ഷർട്ട് ആണത്. അതിനടിയിൽ അവൾ പെറ്റിക്കോട്ടില്ലാതെ തന്നെയാണ് ധരിച്ചത്.

കൃത്യം ഏഴുമണിക്ക് അവർ രണ്ടു പേരും ഒരുമിച്ചാണ് അവരവരുടെ മുറിയുടെ വാതിൽ തുറന്നത്. അല്പം ജാള്യതയോടെയുള്ള ചിരിയോടെ അവർ ഹാളിൽ നിന്ന് പരസ്പരം ആലിംഗനം ചെയ്തു.

‘‘ഹായ്, ലെറ്റസ് ലോക്ക് റൂംസ് ആൻഡ് ഗോ.’’

ആലിംഗനം ചെയ്യാനണയുമ്പോൾ അവൻ പറയുന്നുണ്ടായിരുന്നു.

പാട്രിക് നീല ജീൻസും പച്ച നിറമുള്ള ചുവപ്പുകലർന്ന പച്ചയിലുള്ള ഷർട്ടുമാണ് ധരിച്ചിരുന്നത്. ഏകദേശം ചുവപ്പു പോലെത്തന്നെ. വസ്ത്രത്തിന്റെ കളറുകൾ ഒരേ പോലെയായതിൽ അവർ രണ്ടു പേരും അതിശയിച്ചു. അതേക്കുറിച്ചൊന്നും മിണ്ടിയില്ലെങ്കിലും.

അവൻ ഒരിക്കലും ബർമുഡയിൽ നിന്ന് മോചിതനായി അവൾ കണ്ടിരുന്നില്ല. അടുക്കളയിൽ കാണുമ്പോൾ ബർമുഡയോ ചെറിയ ട്രൗസറോ വെള്ള ടീഷർട്ടോ ആണ് വേഷം. കാപ്പി കുടിക്കാൻ പുറത്തു പോയപ്പോഴും അത് തന്നെയായിരുന്നു വേഷം.

ബൈസിക്കിൾ പാത എന്ന നടപ്പാത പോലുള്ള ഇടത്ത് രണ്ടു സൈക്കിളുകൾ ഒരുമിച്ചു പോകാൻ ബുദ്ധിമുട്ടാണെങ്കിലും അവർ ഒരുമിച്ചുതന്നെ സാവധാനം സൈക്കിളോടിച്ചു കൊണ്ടാണ് പോയത്.

റെസ്റ്റോറന്റിൽ തൂങ്ങിക്കിടക്കുന്ന മനോഹരമായ അലങ്കാര വിളക്കുകളുള്ള മേശയ്ക്കിരുവശവും ഇരിക്കുന്നതിനു മുൻപ് കോട്ട് അഴിച്ചു കസേരയിൽ ചാരുന്ന ഭാഗത്തു തൂക്കുന്നതിന്, അവൻ അവളെ സഹായിച്ചു.

ഇവിടെ പുരുഷന്മാർ തങ്ങളുടെ കൂടെ വന്നിട്ടുള്ള സ്ത്രീയുടെ കോട്ട് അഴിച്ചു തൂക്കുന്നതിനു സഹായിക്കും പോലെ മുൻകൈയെടുക്കുന്നതു ഔപചാരിക മര്യാദയാണ് എന്ന് കൃതിക മുൻപ് ചില പൊതുവിടങ്ങളിലെല്ലാം കണ്ടിട്ടുണ്ട്.

ഇന്ത്യയിൽ സ്ത്രീകൾ പുരുഷന്മാരുടെ കോട്ടഴിച്ചു തൂക്കാനും ബാഗു വാങ്ങി തൽസ്ഥാനത്തു കൊണ്ടുവെയ്ക്കുന്നതിനുമൊക്കെയുള്ള മര്യാദകൾ ശീലിക്കുമ്പോൾ, ഇവിടെ പുരുഷന്മാരാണ് അത്തരം മര്യാദകൾ ശീലിക്കുന്നത് എന്നത് അവൾക്കു മതിപ്പുളവാക്കിയിരുന്നു.

ഇരുന്നശേഷം വെയ്റ്റർ വരുന്നതിനിടെ രണ്ടു മിനിറ്റിനുള്ളിൽ അവരുടെ കണ്ണുകൾ ഇമ ചിമ്മാതെയാണ് തുറന്നു നിൽക്കുന്നതെന്ന് തോന്നി. അവൻ പറഞ്ഞു.

''യു ലുക്ക് ബ്യൂട്ടിഫുൾ...''

അവളും മെല്ലെ പറഞ്ഞു.

''താങ്ക് യു, യു ആർ ലുക്കിങ് ഹാൻസം ടൂ.''

''ഐ ലവ് യു'' അവൻ മേശമേലുള്ള അവളുടെ കൈകളിൽ സ്പർശിച്ചുകൊണ്ട് മൊഴിഞ്ഞു.

''ഐ ലവ് യു ടൂ...'' പറയാതെ തന്നെ മനസ്സിലാക്കാവുന്ന കാര്യമെങ്കിലും അവൾ പറഞ്ഞു.

വെയ്റ്റർ മെനു കൊണ്ട് വന്നു മേശപ്പുറത്തു വെച്ച് ഹലോ പറഞ്ഞുകൊണ്ട് നിന്നപ്പോഴാണ് പരസ്പരം ഉടക്കി നിന്ന കണ്ണുകൾ അവർ പിൻവലിച്ചത്.

അവൻ ആദ്യം തന്നെ ഒരു ചെറിയ സൂപ്പ് കഴിച്ചു കൊണ്ട് തുടങ്ങാം എന്ന് പറഞ്ഞു. സൂപ്പ് കഴിച്ചുകൊണ്ടിരിക്കെ അവർ മെനുവിൽ നോക്കി, കൃതികയുടെ ഇഷ്ടപ്പെട്ട ഭക്ഷണമായ കുസ്കുസ് കഴിക്കാമെന്നു തീരുമാനിച്ചു. ഗോതമ്പു ഉപ്പുമാവോ ചോറോ പോലെ തോന്നിക്കുന്ന ഒരു ഭക്ഷണം. കൂടെ സില്വനെർ എന്ന പ്രകാശത്തിന്റെ പ്രതീകമായ വൈനും.

ഭക്ഷണത്തിനിടെ പാട്രിക്കിന്റെ ഗവേഷണത്തെക്കുറിച്ചു കൃതിക ചോദിച്ചു.

അവൻ ഒരുവർഷത്തിനിടെ രണ്ടു തവണ മാത്രമേ ഗൈഡിനെ കണ്ടിട്ടുള്ളൂ എന്നും അയാൾ തിരക്കുള്ള പ്രൊഫസ്സറാണ് എന്നും അവന്റെ സിനോപ്സിസ് തുടങ്ങിയിട്ടേ ഉള്ളൂ എന്നും ഇനിയും മൂന്നുവർഷമെങ്കിലുമാകും തീർക്കാനെന്നും പറഞ്ഞു.

ഭക്ഷണ ശേഷം മധുരം എന്ത് കഴിക്കണം എന്നവൻ ചോദിച്ചു. കൃതികയ്ക്കു അപ്പോൾത്തന്നെ എല്ലാം മതിയായിരുന്നു എന്ന് മാത്രമല്ല വൈൻ കുറച്ചു കൂടുതലായോ എന്നും തോന്നിയിരുന്നു.

എങ്കിലും പാട്രിക് രണ്ടു ഫ്രൂട്ട് പേസ്ട്രികൾ വാങ്ങിച്ചു. അതും കഴിച്ചശേഷം സാധാരണ പോലെ ബിൽ കൊടുക്കുമ്പോൾ ഷെയർ ചെയ്യാനായി ബാഗ് തുറന്നപ്പോൾ അവൻ വേണ്ട എന്ന് പറഞ്ഞു.

“ഇതെന്റെ വക ട്രീറ്റ് ആണ്, നിനക്ക് പോകുന്നതിനു മുൻപായുള്ള പാർട്ടി” എന്നവൻ ചിരിച്ചുകൊണ്ട് പറഞ്ഞു.

പുറത്തിറങ്ങിയതും കൃതികയ്ക്കു സൈക്കിൾ ചവിട്ടാനാകാത്തതു പോലെ തോന്നി. സൈക്കിളുന്തി സാവധാനം നടന്നാൽ മതിയെന്ന് പാട്രിക് പറഞ്ഞത് സമാധാനമായി.

ഇടയ്ക്ക് നിന്നും നടന്നുകൊണ്ടും സംസാരിച്ചു.

അവൻ കൃതികയുടെ മുറിയുടെ അവിടം വരെ കൂടെത്തന്നെ ചെന്നു. അവളെ ആലിംഗനം ചെയ്തു കൊണ്ട് ശുഭരാത്രി നേർന്നു അവൻ സ്വന്തം മുറിയിലേക്ക് പോയി.

വൈകുന്നേരത്തെ ആലിംഗനം പോലെയല്ല ഇതെന്നും ഇപ്പോൾ അവൾക്കല്പം ശ്വാസംമുട്ടിയെന്നും കൃതികയ്ക്കു തോന്നി.

പിറ്റേന്ന് രാവിലെ എഴുന്നേറ്റപ്പോൾ അവൾ ആദ്യം തന്നെ ജനാലയ്ക്കൽ മൊട്ടിട്ടുനിൽക്കുന്ന റോസാച്ചെടി കണ്ടു. മാരിഗോൾഡ് മഞ്ഞച്ചു ചിരിച്ചു നിൽക്കുന്നു. വെയിൽ ചില്ലിലൂടെ അകത്തു വരുന്നുണ്ട്.

അവൾ കുറെ ദിവസത്തിനു ശേഷം ലോകവാർത്തകളെക്കുറിച്ചു ഗൂഗിളിൽ തിരഞ്ഞു വായിക്കാൻ തുടങ്ങി. ഇന്ത്യയിൽ എന്ത് സംഭവിക്കുന്നു എന്നും കേരളത്തിൽ എന്ത് സംഭവിക്കുന്നു എന്നും നോക്കി.

ശാസ്ത്രലോകത്തുള്ളവർക്കു താത്പര്യമുള്ള ഒന്നുംതന്നെ കണ്ടില്ല. ഇ-മെയിലുകൾ ചിലതുണ്ടായിരുന്നു. വിദ്യാർത്ഥികൾക്കുള്ള ഇൻർനാഷണൽ ഓഫീസിൽനിന്നും മറ്റുമുള്ളവ.

സെമെസ്റ്റർ അവസാനത്തിൽ ചെയ്യേണ്ടുന്നതെന്തൊക്കെ എന്ന് നോക്കി ആലോചിച്ചുറപ്പിച്ച ശേഷം, അവൾ അതേക്കുറിച്ചൊക്കെ ഒരു ഇ-മെയിൽ ചേട്ടന് അയച്ചു.

വിന്റർ സെമെസ്റ്ററിൽ ഫ്രാങ്ക്ഫുർട്ടിൽ നിന്നും മാറുന്ന കാര്യവും മറ്റും വിശദമായി എഴുതി.

അമ്മയോടും അച്ഛനോടും പറയുക, രാത്രി ഇൻഡ്ധ്യൻ സമയം പത്തുമണിക്ക് സ്കൈപ്പിൽ വിളിക്കാം എന്നും കുറിച്ചിട്ടു.

ചേട്ടന് ഇടയ്ക്കിടെ ഫോണിൽ മെസ്സേജുകളും മെയിലുകളും അയയ്ക്കുമെങ്കിലും അമ്മയും അച്ഛനും അതിലൊന്നും അത്ര വിദഗ്ദ്ധരല്ല. അവരെ സമയം തീരുമാനിച്ചു വീഡിയോകാൾ ചെയ്യണം ഒന്ന് രണ്ടാഴച കൂടുമ്പോൾ എന്നതാണ് പതിവ്.

എല്ലാത്തവണയും അവർക്കു പറയാനുള്ളത്, കോഴ്സ് കഴിഞ്ഞാൽ ചേട്ടൻ ജോലി ചെയ്യുന്ന കമ്പനിയിൽ തന്നെ ജോലിക്കു നോക്കാം എന്നാണ്. അതിന്റെ ആവശ്യം എന്താണെന്ന് അവൾക്കിപ്പോഴും ഉറപ്പില്ല.

ചേട്ടൻ ബാംഗ്ലൂരിലാണെങ്കിലും വീട്ടിൽ കമ്പ്യൂട്ടറിൽ സ്കൈപ്പ് സെറ്റ് ചെയ്തു ശരിയാക്കി വെച്ചിട്ടുണ്ട്. ഇടയ്ക്കു ചെല്ലുമ്പോൾ വീണ്ടും കമ്പ്യൂട്ടർ പരിചയം വരുത്തി അത് തുറക്കാനും പ്രവർത്തിപ്പിക്കാനും അച്ഛനെ പഠിപ്പിച്ചിട്ടുമുണ്ട്.

ക്ലർക്കുമാരുടെയും അക്കൗണ്ടന്റുമാരുടെയുമൊക്കെ ജോലിയിൽ കുറേശ്ശേ കമ്പ്യൂട്ടർ വന്നിരുന്നു, രണ്ടു കൊല്ലം മുൻപ് അച്ഛൻ റിട്ടയർ ചെയ്യുമ്പോൾ. എങ്കിലും അച്ഛന് അതൊന്നും അത്ര അറിയില്ലായിരുന്നു, പ്രത്യേകിച്ചും ഇന്റർനെറ്റ് കണക്ഷന്റെ കാര്യങ്ങൾ.

ചേട്ടൻ ബിരുദാനന്തരബിരുദം വേണ്ട എന്നും എത്രയും പെട്ടെന്ന് ജോലിയിൽ കയറണമെന്നുമുള്ള ആളായിരുന്നു.

എന്നാൽ കൃതികയ്ക്കു വിദേശപഠനത്തിനു പോകണം എന്ന് വാശി പിടിച്ചപ്പോൾ, കുറെ വലിയ തുക കെട്ടി വെച്ച് ഏതെങ്കിലും ഏജൻസികൾ വഴി അയയ്ക്കേണ്ടി വരും എന്നാണ് അയാൾ കരുതിയത്.

പക്ഷേ, അവൾ പല ഫെല്ലോഷിപ്പുകൾക്കും സ്റ്റൈപ്പെൻഡോടെ പഠിക്കാനുള്ള സാധ്യതകൾക്കും വേണ്ടി ശ്രമിച്ചിരുന്നു. രണ്ടു വർഷം വെറുതെ പോയെങ്കിലും അത് ഫലം കാണുകയും ചെയ്തു. ഇനി

എന്തായാലും ഗവേഷണ ബിരുദവും കൂടി ഇവിടെത്തന്നെ ചെയ്യാൻ നോക്കണമെന്ന് അവൾക്കപ്പോൾ തോന്നിത്തുടങ്ങിയിരുന്നു.

രാത്രി കമ്പ്യൂട്ടറിനു മുന്നിൽ വന്ന അമ്മയും അച്ഛനും ആവേശ ഭരിതരായിരുന്നു.

''മോളെ, ചേട്ടന്റെ കല്യാണം ഏകദേശം ഒത്തുവന്നു. എത്രയും വേഗം നടത്തണം, നിനക്കെന്നാ വരാൻ പറ്റുന്നേ'' എന്നൊക്കെ അവർ ചോദിക്കാൻ തുടങ്ങി.

ചേട്ടൻ ഇ–മെയിലിൽ ഒന്നും പറഞ്ഞില്ലല്ലോ. ചേട്ടന് ഇഷ്ടമായോ എന്ന് അവൾ വീണ്ടുംവീണ്ടും ചോദിച്ചു.

''നീ തന്നെ അവനോട് ചോദിക്കന്നേ...'' എന്ന് അമ്മ പറഞ്ഞു.

വീഡിയോ കോളിൽ ഇന്ന് വരാമെന്നു ഫോൺ വിളിച്ചു പറയാനായി അയച്ച ഇ–മെയിലിന്റെ മറുപടിയിൽ ചേട്ടൻ വിവാഹക്കാര്യമൊന്നും പറഞ്ഞിരുന്നില്ല.

''അവനു മുപ്പതു വയസ്സാവാനായി ഇനി താമസിപ്പിക്കാൻ പറ്റത്തില്ല, നീയെന്തായാലും ഇനി ഈ ചേർന്ന കോഴ്സ് കഴിഞ്ഞല്യോ കല്യാണം കഴിക്കത്തുള്ളൂ'' എന്നൊക്കെ അമ്മ പറഞ്ഞുകൊണ്ടിരുന്നു.

അരമുക്കാൽ മണിക്കൂറോളം നീണ്ട വർത്തമാനങ്ങൾക്കൊടുവിൽ, കൃതിക ഡിസംബറിൽ ക്രിസ്തുമസിന്റെ ഒഴിവിനു നാട്ടിൽ വരണമെന്നും അപ്പോഴേക്ക് ചേട്ടന്റെ കല്യാണം തീരുമാനിക്കാമെന്നും അച്ഛനും അമ്മയും തീർപ്പുകല്പിച്ചു.

അവരുടെ വർത്തമാനം കഴിഞ്ഞ ശേഷം, അവൾ ചേട്ടന് മെസ്സേജ് അയച്ചു.

''കല്യാണമായോ, ഡിസംബറിൽ നടത്തുമെന്ന് അച്ഛനുമമ്മയും പറയുന്നു, നിനക്കിഷ്ടമായോ'' എന്നൊക്കെ അവൾ ചോദിച്ചു.

''പിന്നീട് വിളിക്കാം, നാളെ എപ്പോഴെങ്കിലും...'' എന്ന് പറഞ്ഞു ചേട്ടൻ മറുപടിയൊതുക്കി.

ചേട്ടന്റെ അസ്വസ്ഥത അവൾക്കു മനസ്സിലായി. ഇപ്പോഴും ഒരു പ്രണയനൈരാശ്യത്തിലാണല്ലോ ചേട്ടൻ.

അതിന്റെ കാരണക്കാരിയായതു താൻ തന്നെയാണെന്നതിലാണ് അവളുടെ അസ്വസ്ഥത.

മനപ്പൂർവ്വം തന്നെയാണ് സ്കൂളിൽ അടുത്ത കൂട്ടുകാരിയായിരുന്നവളെ ഇടയ്ക്കിടെ വീട്ടിൽ വിളിച്ചു കൊണ്ട് പോയതും ചേട്ടനെ പരിചയപ്പെടുത്തിയതും. കൃതിക വിചാരിച്ച പോലെത്തന്നെ അവർക്കിടെ പ്രണയവും വളർന്നു.

ഡിഗ്രിക്ക് അവളും കൂട്ടുകാരിയും വേറെ കോഴ്സുകൾക്ക് വേറെ വേറെ കോളേജിൽ പോയപ്പോഴും അവളുടെ കൂട്ടുകാരി ഇടയ്ക്കിടെ അവളെ വീട്ടിൽ സന്ദർശിച്ചു.

അല്ലെങ്കിൽ അവളെ കോളേജിൽ ചേട്ടനോടൊത്ത് സന്ദർശിക്കുകയും ചെയ്തു. അവൾ ബിടെക്കിനു ചേർന്നപ്പോൾ ചേട്ടൻ കോഴ്സ് കഴിഞ്ഞുവെങ്കിലും അവിടെ രണ്ടു വർഷം ടെക്നിക്കൽ വിഭാഗത്തിലെ താൽക്കാലിക ഇൻസ്ട്രക്ഷൻ ജോലി ചെയ്തിരുന്നു.

പെട്ടെന്ന് ബാംഗ്ലൂരിലേക്ക് പോകാൻ മടിച്ചിട്ടാണോ, ചേട്ടൻ നല്ല കമ്പനികൾ വിളിക്കും വരെ എന്ന മട്ട്, അങ്ങനെ തുടരാൻ കാരണം എന്നവൾ ആലോചിച്ചിരുന്നു. ഹോം സിക്നെസ്സോ അതോ കൂട്ടുകാരിയെ പിരിയാനുള്ള വിഷമമോ എന്നും.

അച്ഛനും അമ്മയ്ക്കും കാര്യം പിടികിട്ടിയിരുന്നു. അവർക്ക് അതിൽ വിരോധവുമില്ലായിരുന്നു. നിന്റെ കൂട്ടുകാരത്തിയുടെ വീട്ടിലേക്ക് ഒന്ന് പോയാലോയെന്നൊക്കെ അമ്മ ഇടയ്ക്കു ചോദിക്കും. എങ്കിലും അവൾ ഒരിക്കലും ക്ഷണിച്ചിരുന്നില്ല എന്നതിനാൽ പോയിട്ടില്ലായിരുന്നു. സമയമാകട്ടെ എന്നു കരുതിക്കാണും അച്ഛനും.

അച്ഛനും അമ്മയും ഉള്ളപ്പോൾ മാത്രമല്ല ഇല്ലാത്തപ്പോഴും ചേട്ടൻ കൂട്ടുകാരിയെ വീട്ടിൽ കൊണ്ട് വരാറുണ്ട്. ചിലപ്പോൾ കൃതികയും ഇല്ലാത്തപ്പോഴും വരാറുണ്ട് എന്നവൾക്കു അറിയാം.

എല്ലാവരും എവിടെയെങ്കിലും ബന്ധുവീടുകളിൽ പോകുമ്പോഴൊന്നും ചേട്ടൻ പോരില്ല. കൂട്ടുകാരിയെ അവൻ ആ സമയങ്ങളിലൊക്കെ വീട്ടിലേക്കു കൂട്ടിക്കൊണ്ടു വന്നിരുന്നതായി കൃതികയ്ക്കറിയാം. അവർ തമ്മിൽ അടുത്ത ബന്ധം നടക്കുന്നതായി കൃതികയ്ക്കു മനസ്സിലായിരുന്നു.

പിന്നെയെപ്പൊഴോ ചേട്ടനുമായി പിരിഞ്ഞതായി ആ കുട്ടി തന്നെ പറഞ്ഞു. എന്താണെന്ന് ആർക്കും മനസ്സിലായില്ല. ചേട്ടനോട് പല തവണ ചോദിച്ചിട്ടും പറയാതിരുന്നപ്പോൾ കൃതിക കൂട്ടുകാരിയെ വിളിച്ചു ചോദിച്ചു.

ചേട്ടന് വിഷമം കാണും. കാരണം അവൾക്കാണ് ഈ ബന്ധം തുടരാനാകാത്തതെന്നു അവൾ പറഞ്ഞു.

ചേട്ടൻ നല്ലവനാണ്. നല്ല കെയർ കൊടുക്കുന്നവനും സ്നേഹമുള്ളവനുമാണ്. പക്ഷേ അതൊക്കെ കൂടുതലായാലും ബുദ്ധിമുട്ടാണ്. അത് സ്വാർത്ഥതയുടെ തലത്തിലാണ് നിൽക്കുന്നത്, എന്നാണ് അവൾ പറഞ്ഞത്.

കൃതികയ്ക്ക് അതത്ര മനസ്സിലായില്ല. എങ്കിലും അവൾ പിന്നീടതേക്കുറിച്ചു രണ്ടുപേരോടും ചോദിച്ചില്ല.

പ്രണയത്തിൽ ഒരാൾ മറ്റൊരാൾക്ക് കൊടുക്കുന്ന ശ്രദ്ധ അധിക മായി എന്നതാണ് പരാതി. അതായത് കെയറിങ് എന്നത് ഒരു സ്വാർത്ഥതയുടെ തലത്തിലേക്ക് കാര്യങ്ങളെ കൊണ്ടുപോകും എന്നാണോ അവൾ ഉദ്ദേശിച്ചത്?

പ്രണയത്തിലെന്നല്ല എന്ത് ബന്ധത്തിലും കെയർ കൂടുതലായാൽ മനുഷ്യർ അസ്വസ്ഥമാകും. ശരി തന്നെ. അത് നമ്മളെ വരിഞ്ഞു മുറുക്കും പോലെ വികാരാധീനരാക്കും.

വികാരത്തള്ളിച്ചയുടെ പ്രശ്നം വലിയ പ്രശ്നം തന്നെയാണ്. എന്നാൽ കെയർ കുറഞ്ഞാൽ അതും പ്രശ്നം തന്നെ. എങ്ങനെ യാണ് മനുഷ്യർക്ക് ഇതിലൊക്കെ ഒരു ബാലൻസ് പാലിക്കാൻ പറ്റുക..!

പഴയ മലയാള കഥകളിലും സിനിമകളിലും മറ്റും കാണുന്ന തരത്തിൽ വികാരമൂർച്ഛയുടെ കാരണത്താൽ ജീവിതത്തിൽ വരുത്തി വെയ്ക്കുന്ന അപകടങ്ങൾ ചെറുതല്ല. അവൾ അതിനോടൊന്നും യോജിക്കുന്നില്ല എന്ന് കൃതികയ്ക്കു തോന്നി.

അങ്ങനെയെങ്കിൽ അവൾക്കു ചേട്ടനെ പിന്താങ്ങാൻ കഴിയി ല്ലല്ലോ. ചേട്ടൻ അവളുടെ കൂട്ടുകാരിക്ക് മാനസിക ക്ഷതങ്ങൾ വല്ലതും ഉണ്ടാക്കിയോ എന്ന് അവൾ വേവലാതിപ്പെട്ടിരുന്നു.

എങ്കിലും ആരും ഒന്നും കൂടുതൽ സംസാരിച്ചില്ല.

ചേട്ടൻ കൂട്ടുകാരിയെ തുടരെത്തുടരെ വീട്ടിലേക്കു കൂട്ടിക്കൊണ്ടു വന്നതും മറ്റും അച്ഛനും അമ്മയ്ക്കും അറിയില്ലല്ലോ. അതും അറി ഞ്ഞാൽ ആരും മിണ്ടുകയുമില്ലല്ലോ.

എന്തായാലും നടന്നതൊക്കെ തെറ്റായിപ്പോയി എന്ന തോന്ന ലൊന്നും കൂട്ടുകാരിക്കില്ലല്ലോ എന്നത് കൃതികയ്ക്കു അല്പം സമാ ധാനം നൽകിയിരുന്നു.

ചേട്ടന്റെ കല്യാണം നടക്കുന്നതിൽ അവൾക്കത്ര സന്തോഷമൊന്നും തോന്നിയില്ല.

വിൽ യു സ്ലീപ് വിത്ത് മി

രണ്ടാഴ്ചയ്ക്കു ശേഷം ഫ്രൈയ്ബുർഗിലേക്കു തീവണ്ടി കയറാൻ നിൽക്കുമ്പോൾ അവളോർത്തു.

പാട്രിക്കിനെ കണ്ടില്ല. വിളിച്ചുമില്ല.

തീവണ്ടി എന്ന പഴയ വാക്ക് മനസ്സിൽ വന്നതിൽ അവൾ ചിരിച്ചു. തീയും പുകയുമൊന്നുമില്ലാത്ത ട്രെയിൻ.

കയറി സീറ്റിലിരുന്ന ശേഷം ഫോണെടുത്തു വിളിക്കാൻ തുടങ്ങിയപ്പോൾ പാട്രിക്കിന്റെ സന്ദേശം കണ്ടു.

''ഒക്ടോബർഫെസ്റ്റ് എന്നാൽ ജർമ്മനിയിൽ ഒരു പ്രധാന ബിയർ ഫെസ്റ്റിവലാണ്. പ്രത്യേകിച്ചും മ്യൂണിക്കിൽ അതിന്റെ ആഘോഷങ്ങൾ പ്രധാനമാണ്. അത് രസകരമാണ്, ഞാൻ പോകുന്നുണ്ട്. നീയും പോരുന്നോ?''

അവൾ ഉടനെ മറുപടി അയച്ചു.

''യെസ്... ഷുവർ. താങ്ക്യൂ പാട്രിക്.''

എങ്കിലടുത്ത ഒരാഴ്ച കാണാം എന്നവൻ എഴുതി.

അതിന്റെ കൂടെ ചില സ്മൈലി ചിഹ്നങ്ങളും അവൻ അയച്ചു. റോസാപ്പൂക്കളുടെയും ചുവന്ന കണ്ണുള്ള സ്മൈലികളുടെയും.

ജീവിതം മറ്റൊരു വഴിത്തിരിവിലേക്ക് കടന്നതു പോലെ അവൾക്കു തോന്നി. ഇന്റർസിറ്റി എക്സ്പ്രസ്സ് ഇരുന്നൂറ്റിരുപതു കിലോമീറ്റർ വേഗത്തിൽ ചീറിപ്പാഞ്ഞു പൊയ്ക്കൊണ്ടിരുന്നു.

ചെന്ന് പിറ്റേദിവസം യൂണിവേഴ്സിറ്റിയിലെ കടലാസുകളെല്ലാം ശരിയാക്കിയ ശേഷം രാത്രി അവൾ മ്യൂണിക്കിലേക്കുള്ള ട്രെയിൻ ടിക്കറ്റ് നോക്കിക്കൊണ്ടു ഉറങ്ങാതെ ഇരുന്നു. ലാപ്ടോപ്പിൽ സെർച്ച് ചെയ്തുകൊണ്ട് എത്ര നേരം ഇരുന്നു എന്നറിയില്ല.

അപ്പോഴാണ് പാട്രിക്കിന്റെ മെസ്സേജ് വന്നത്.

''ക്യാൻ ഐ കാൾ യു നൗ.''

അവൾ സന്ദേശം കണ്ടതും അവനെ ഫോണിൽ വിളിച്ചു. മൊബൈലിൽ വിളിക്കുന്നത് വളരെ ചിലവേറിയതാണെന്നു അറിയാഞ്ഞിട്ടല്ല.

പാട്രിക് ഒരു സുഹൃത്തിന്റെ വീട്ടിലെ ലാൻഡ് ഫോണിൽ നിന്നും തിരിച്ചു വിളിക്കാം എന്ന് പറഞ്ഞു ഫോൺ വെച്ച്, ഉടനെ തന്നെ തിരിച്ചു വിളിച്ചു.

മ്യൂണിക്ക് യാത്ര പ്ലാൻ ചെയ്യുവാനായിരുന്നു പ്രധാനമായും സംസാരിച്ചത്. കൂട്ടത്തിൽ പറഞ്ഞു, അവൻ ആ ഫ്ളാറ്റിൽ നിന്ന് താമസം മാറുകയാണ് എന്ന്.

സിറ്റിയിൽനിന്ന് അല്പം അകലെ ഒരു വീടിന്റെ ഒരു മുറി വാടകയ്ക്ക് എടുക്കുന്നു. വാടക കുറവാണ്. മാത്രമല്ല, അവിടെയാകുമ്പോൾ ആ വീട്ടിലെ ലാൻഡ് ഫോണും ഉപയോഗിക്കാനുള്ള സാധ്യത ഉണ്ട്. വിളിക്കാനും സംസാരിക്കാനും സൗകര്യമുണ്ടാകും എന്നൊക്കെ അവൻ പറഞ്ഞു.

ഒരു മുറിക്കു മുന്നൂറു യൂറോ കൊടുക്കണമായിരുന്നു.

സ്റ്റൈപ്പന്റ് ഒന്നുമില്ലാത്ത ചില ബിരുദ വിദ്യാർത്ഥികൾ മൂന്നു നാലു പേരുകൂടി നിൽക്കുന്നുണ്ട് ഒരു മുറിയിൽ. അപ്പോൾ ഒരാൾക്ക് നൂറിൽ താഴെ വാടക കൊടുത്താൽ മതിയല്ലോ.

ഒറ്റയ്ക്കുള്ള മുറി മതി എന്ന് കൃതിക തീരുമാനിച്ചതായിരുന്നു. അവൾക്കു കിട്ടുന്ന എണ്ണൂറിൽ ചിലവുകൾ കഴിച്ചു പിന്നെയും തുക മിച്ചം വരുമായിരുന്നു. എവിടെയെങ്കിലുമൊക്കെ യാത്ര പോകണമെന്നും കൂടുതൽ സ്ഥലങ്ങൾ കാണണമെന്നും അവൾക്കു തോന്നിയിരുന്നു. അതിനു പറ്റിയ കൂട്ടില്ലാത്തതു ഒരു പ്രശ്നമായിരുന്നു.

പാട്രിക് വിളിച്ചതിനാൽ ആദ്യത്തെ യാത്ര മ്യൂണിക്കിലേക്കു പോകുന്ന ഉന്മേഷത്തിലായിരുന്നു അവൾ.

ഫ്രെയ്ബുർഗ് എത്തിയതു മുതൽ ദിവസങ്ങൾ മടുപ്പുളവാക്കി. ആ സ്ഥലത്തെ കാണും മുൻപ് അവൾ യാത്ര പോകുകയാണ്.

മഞ്ഞയും ചുവപ്പുമായി ഇലകൾ കൊഴിഞ്ഞു വീണ നിരത്തിലൂടെ പുതിയ യൂണിവേഴ്സിറ്റിയിലേക്കു പോകവേ അവൾക്കു മനസ്സ് കൊഴിഞ്ഞു വീഴും പോലെ തോന്നി.

വലിയ സിറ്റിയിൽ നിന്ന് ചെറിയ സിറ്റിയിൽ വന്നതിന്റെ സമാധാനം ഉണ്ടാകും എന്ന് കരുതിയത് ഉണ്ടായില്ല.

അവൾ ദിവസങ്ങൾ എണ്ണിയെണ്ണിക്കഴിഞ്ഞു. ഒരാഴ്ച്ചത്തെ കാര്യമേയുള്ളൂ. ഒക്ടോബർ രണ്ടിന് മ്യൂണിക്കിലേക്കു പോകാനായി അവൾ ടിക്കറ്റ് എടുത്തിരുന്നു.

പാട്രിക്കുമായി കാൾസ്റൂഹയിൽ വെച്ച് കണ്ടുമുട്ടി, പിന്നീടങ്ങോട്ടു ഒരേ ട്രെയിനിലാണ് ബുക്കിംഗ് ചെയ്തത്. മ്യൂണിക്കിൽ താമസിക്കുന്നതു എവിടെയാണ് എന്ന് അവർ കുറെ ചർച്ച ചെയ്തിരുന്നു.

മിക്സഡ് ആയ ഡോർമിറ്ററിയിൽ ബെഡുകൾ ബുക്ക് ചെയ്യാനുള്ള സാധ്യത യൂത്ത് ഹോസ്റ്റൽ എന്നതിലുണ്ടെന്നു കണ്ടു. അത് മതി എന്ന് അവൾ പറഞ്ഞിരുന്നു.

എന്നാൽ ഡബിൾ റൂം എന്ന തരത്തിലും അത്തരം ബുക്കിങ് ചെയ്യാമെന്ന് പാട്രിക് പറഞ്ഞു. വില വളരെ കൂടുകയില്ല എന്നതിനാൽ അവൾക്കതിൽ വേറെ വിരോധം തോന്നിയില്ലായിരുന്നു.

അവർ താമസിക്കുന്നയിടത്ത് തന്നെ ബിയർ ഫെസ്റ്റിവലിന്റെ പരിപാടികൾ ഉണ്ട് എന്നതും ഗുണകരമായി തോന്നി. അവർ അപ്പോൾ ബോയ്ഫ്രണ്ട്-ഗേൾഫ്രണ്ട് എന്ന നിലയിലാണ് പോകുന്നത് എന്നവൾക്കു ബോദ്ധ്യമായി.

അല്പം മാനസിക പിരിമുറുക്കം അനുഭവപ്പെട്ടെങ്കിലും അവളതു പുറത്തു കാണിച്ചില്ല. എങ്കിലും ചില ഫോട്ടോകൾ എടുക്കാനായി പോസു ചെയ്തപ്പോൾ അവൻ പറഞ്ഞു,

''ദാറ്റ് ഈസ് നോട് എ ഗുഡ് സ്മൈൽ. വാട്ട് ഹാപ്പെൻഡ് ടു യു.''

അവൾ ഒന്നുമില്ല എന്ന് പറഞ്ഞു.

റെയിൽവേ സ്റ്റേഷനിലും താമസസ്ഥലത്തും എത്തിയപ്പോൾ അവർ മൊബൈലിൽ ഫോട്ടോകൾ എടുത്തു. മുറിയിൽ ചെന്നപ്പോൾ, അവിടെ രണ്ടു കട്ടിലുകൾ ഉള്ളത് കണ്ടു കൃതിക ആശ്വസിച്ചു.

അവൾ കുളിച്ചുവന്നു വസ്ത്രം മാറുമ്പോൾ അവൻ കുളിക്കുവാനായി കയറി.

അവൾ അല്പ നേരം കിടന്നു. രാവിലെ പോന്ന യാത്രയിലെ രസങ്ങൾ അയവിറക്കി.

വൈകുന്നേരത്തെ കാപ്പി കുടിക്കാൻ താഴെ കഫെയിൽ പോകാമെന്നു കുറച്ചു കഴിഞ്ഞപ്പോൾ പാട്രിക് പറഞ്ഞു.

അതുവരെ അവൻ ലാപ്ടോപ്പിൽ എന്തെല്ലാമോ നോക്കിയിരിക്കുകയായിരുന്നു. അവന്റെ ബെഡിൽ അവൻ ഇരുന്നുകൊണ്ടാണ് ലാപ്ടോപ്പ് നോക്കിയിരുന്നത്, മുറിയിൽ ഒരു മേശയും കസേരയും ഉണ്ടായിരുന്നെങ്കിലും.

കഫെയിൽ ചെന്നപ്പോൾ ഒരുപാട് പേര് അവിടെ ഇരിക്കുന്നുണ്ട്.

അവർ രണ്ടു കപ്പുച്ചിനോ വാങ്ങി മോന്തിക്കൊണ്ടിരുന്നു. അതിനിടെ യാത്രാക്ഷീണം ഉണ്ടോ എന്നൊക്കെ അവൻ ചോദിച്ചു. തണുപ്പ് എങ്ങനെയുണ്ടെന്നും ചോദിച്ചു.

അല്പം തണുപ്പുണ്ടായിരുന്നു. അവൾ അതിനു പറ്റിയ കോട്ട് ധരിക്കുകയും ചെയ്തിരുന്നു. ആ കോട്ട് അവളെ നിരാശപ്പെടുത്തി എന്നതാണ് യാഥാർത്ഥ്യം. അകത്തിട്ടിരിക്കുന്ന മനോഹരമായ ഫ്രോക് പുറത്തു കാണില്ലല്ലോ.

കാപ്പി കഴിഞ്ഞു അവർ ചുറ്റും നടക്കാനിറങ്ങി.

പിറ്റേ ദിവസം മ്യൂണിക്കിലെ ചില കാഴ്ചകൾ കാണാൻ പോകാമെന്ന് അവർ പ്ലാനിട്ടു. നടത്തം കഴിഞ്ഞു തിരിച്ചു വന്നപ്പോൾ, റെസ്റ്റോറന്റിൽ പാട്ടും ഡാൻസുമൊക്കെ തുടങ്ങിയിരുന്നു.

അവർ കിട്ടിയ രണ്ടു സീറ്റുകളിൽ ഇരുന്നു. ആകെ തിരക്കാണ് എന്നതിനാൽ അവർ കസേരകൾ കൂട്ടിയിട്ടാണ് ഇരുന്നത്.

പാട്രിക് കൗണ്ടർ പോലെയുള്ള ഇടത്തുനിന്നു രണ്ടു ബിയർ കുപ്പിയുമായി വന്നു അടുത്തിരുന്നു. എല്ലാവരും ബിയർ ഗ്ലാസ്സുകളുമായിട്ടാണിരിക്കുന്നത്. കുറേപ്പേർ മനോഹരമായ വലിയ ചില്ലു ഗ്ലാസ്സുകളിൽ ബിയർ നിറച്ചിരിക്കുന്നു. അത്തരം ഗ്ലാസ് തീർന്നു എന്ന് തോന്നുന്നു.

നാളെ നമുക്ക് നേരത്തെ വന്ന് ഗ്ലാസ്സുകളിൽ നിറയ്ക്കാം എന്ന് പറഞ്ഞു പാട്രിക് കുപ്പിയാൽ ചിയേർസ് പറഞ്ഞു.

ഒക്ടോബര് മൂന്നിന് ബിയർ ഫെസ്റ്റിവലിന്റെ അവസാനത്തെ ദിവസം നാളെയാണ്. അന്നാണ് ജർമ്മനിയുടെ ഏകീകരണ ദിനം. പടിഞ്ഞാറു കിഴക്കൻ ജർമ്മനികൾ ഒന്നായ ദിവസത്തിന്റെ ആഘോഷ സൂചകം കൂടിയാണത്രെ ഒക്ടോബർ ഫെസ്റ്റ്.

ആയിരത്തി തൊള്ളായിരത്തി തൊണ്ണൂറിലെ ഈ രാഷ്ട്രീയ സംഭവം മാത്രമല്ല ഒക്ടോബറിലെ ബിയർ ഫെസ്റ്റിവലിന്റെ ആധാരം. അത് രാജകുടുംബാംഗങ്ങളുടെ വിവാഹം തുടങ്ങിയുള്ള കാരണങ്ങളാൽ നൂറ്റാണ്ടുകൾ പഴക്കമുള്ള ഒരു സാംസ്കാരിക പരിപാടിയാണ്.

ഇത്തരത്തിലുള്ള കാര്യങ്ങൾ പാട്ടിന്റെ ലഹളയ്ക്കിടെ പാട്രിക് പറയുന്നുണ്ടായിരുന്നു. അതിൽ താത്പര്യം തോന്നി കൃതിക അതേക്കുറിച്ചു ഗൂഗിളിൽ വായിക്കാൻ നോക്കി. അതിനിടെ പാട്രിക് അവളുടെ കൈ പിടിച്ചു, നമുക്ക് ഡാൻസ് ചെയ്താലോ എന്ന് ചോദിച്ചു. അവൾക്കതിഷ്ടപ്പെട്ടു. എങ്കിലും അവിടെയുള്ളവർ ചെയ്യുന്നതരം ഡാൻസ് അറിയില്ലല്ലോ എന്ന് പറഞ്ഞു അവൾ ഒഴിഞ്ഞു മാറി.

കുറെ പ്രണയികളും വയസ്സുചെന്ന സ്ത്രീകളും പുരുഷന്മാരും ഡാൻസ് ചെയ്യുന്നുണ്ട് പാട്ടിന്റെ ഈണത്തിനൊത്തു കൊണ്ട്.

പാട്രിക് അവളുടെ കരം ഗ്രഹിച്ചുകൊണ്ടു തന്നെ വെറുതെ നിന്നു.

പിന്നീട് പോയി ഒരു ബിയർ കൂടി വാങ്ങി വന്നു. കൃതിക ആദ്യത്തേത് മുഴുവനാക്കിയിരുന്നില്ല. എങ്കിലും പാട്രിക് അടുത്തതു അവൾക്കു നേരെ നീട്ടി. അങ്ങനെ കുറെ സമയം പാട്ടിലും ഡാൻസിലും ലയിച്ചു അവർ ബിയർ മൊത്തിക്കൊണ്ടിരുന്നു.

പന്ത്രണ്ടു മണിയോടെ അവൾ പോകാമെന്നു പറഞ്ഞു. എന്താണ് കഴിക്കേണ്ടത് എന്നപ്പോഴാണ് അവർ ആലോചിച്ചത്. ഇനി ഒന്നും കഴിക്കണ്ട എന്ന് അവൾ പറഞ്ഞു.

പാട്രിക് ചില കെയ്ക്കുകളും ഉരുളക്കിഴങ്ങു പുഴുങ്ങിയതും വാങ്ങി വന്നു. അവളോട് കുറച്ച് കഴിക്കുവാൻ പറഞ്ഞുകൊണ്ട് അവൻ കഴിക്കുവാൻ തുടങ്ങി.

കഴിച്ചു കഴിഞ്ഞ ശേഷം അവർ മുറിയിലേക്ക് പോയി. അവൾ അവന്റെ തോളിൽ കൈയിട്ടുകൊണ്ടാണ് നടന്നത്. ബിയർ കുറെ കഴിച്ചതിനാൽ അല്പം ആടിയാടിയാണ് അവൾ നടന്നത് എന്ന് അവൾക്കു തോന്നി. അതറിയാതിരിക്കാൻ അവൾ അവനോടു ചാഞ്ഞു നടന്നു. അവൻ അവളെ കിടക്കയിൽ കിടത്തി. കിടത്തുമ്പോൾ അവൻ ചുംബിക്കാനെന്ന പോലെ അല്പം ആഞ്ഞുവന്നത് അവൾ ശ്രദ്ധിച്ചിരുന്നു.

അവന്റെ കൂടെ യാത്ര പോന്നതിനാലും കുടിച്ചു മത്തുപിടിച്ചതിനാലും ഒരേമുറിയിൽ താമസിക്കുന്നതിനാലും എല്ലാത്തിനുമുള്ള സമ്മതമായി അവൻ കണക്കാക്കുമോ എന്ന് ആ അവസ്ഥയിലും അവൾ ചിന്തിച്ചു. പക്ഷേ അവൻ പെട്ടെന്നുതന്നെ മുഖം പിറകോട്ടു വലിച്ചു. 'ഗുട്ടൻ നാഹ്ക്ത്' എന്ന് പറഞ്ഞു കൊണ്ട് അവന്റെ കിടക്കയിൽ പോയി കിടന്നു.

അവൾ ഒന്നും മിണ്ടാതെ ഉറക്കമായെന്ന പോലെ കുറച്ചു നേരം കിടന്നു. പക്ഷേ ഉറങ്ങാൻ കഴിഞ്ഞില്ല. ബിയർ ഒരുപാട് കുടിച്ചതിനാൽ അവൾക്കു മൂത്രമൊഴിക്കുവാൻ തോന്നി. ബിയർ പാർലറിൽ നിന്ന് തന്നെ രണ്ടു മൂന്നു തവണ ടോയ്‌ലെറ്റിൽ പോയതാണ്.

അവൾ എഴുന്നേറ്റു ടോയ്‌ലെറ്റിൽ പോയി വരും വഴി പാട്രിക്കിന്റെ കിടക്കയിൽ ഇരുന്നുകൊണ്ട്, അവന്റെ കവിളിൽ ചുംബിച്ചുകൊണ്ട് 'ഗുഡ്നൈറ്റ്' എന്ന് പറഞ്ഞു.

എഴുന്നേൽക്കുമ്പോൾ അവൻ അവളെ പിടിച്ചിരുത്തി അവളുടെ ചുണ്ടുകളിൽ ചുംബിച്ചു. ചുണ്ടിൽ വീണ്ടും ചുംബിച്ചുകൊണ്ട് അവൻ ചോദിച്ചു:

''വിൽ യു സ്ലീപ് വിത്ത് മി?''

''യെസ്...'', അവൾ ചിരിച്ചു.

അവൾക്കാ ചോദ്യം ഇഷ്ടപ്പെട്ടു. അവർ ആലിംഗനബദ്ധരായി.

മഞ്ഞുവീഴ്ച

മ്യൂണിക്കിൽ നിന്നും തിരിച്ച് പോരുമ്പോൾ മുഴുവൻ സമയവും കൃതികയും പാട്രിക്കും പരസ്പരം ചാരിയിരുന്നുകൊണ്ടാണ് യാത്ര ചെയ്തത്. അവർ ഇടയ്ക്കിടെ ചുംബിക്കുകയും ചെയ്തു.

ട്രെയിനിൽ അധികം തിരക്കൊന്നുമില്ലായിരുന്നു. അവരിരിക്കുന്ന കമ്പാർട്ട്മെന്റിൽ അഞ്ചാറു ആളുകളെ ഉണ്ടായിരുന്നുള്ളൂ. എങ്കിലും കൃതികയ്ക്കു ചുംബിക്കുമ്പോൾ അവർ നോക്കുന്നുണ്ടോ എന്ന തോന്നൽ ഉണ്ടായി. സ്വാഭാവികമായ ചില ഇന്ത്യൻ മനോനിലകൾ അവളെ വിട്ടുമാറാതെ തുടരുന്നു എന്നവൾക്കു തോന്നി.

ലീൻ ഓൺ മി, എന്ന ബിൽ വിതേഴ്സിന്റെ ഗാനം അവർ ഇയർ ഫോണിന്റെ ഓരോ തലകൾ ഓരോ ചെവിയിൽ തിരുകി കേട്ടു കൊണ്ടിരുന്നു. എന്തുകൊണ്ടാണ് അവർ കേട്ടുകൊണ്ടിരുന്ന ഗാന ങ്ങളിൽ അതുൾപ്പെട്ടതെന്നു അവൾ ആലോചിക്കുന്നുണ്ടായിരുന്നു.

അതിലിടയ്ക്കു കിടക്കുന്ന 'ഓ ബ്രദർ' എന്ന വാക്ക് അവൾ അപ്പോഴാണ് തിരിച്ചറിഞ്ഞത്. ഈ ഗാനം ചേട്ടന് അയച്ചു കൊടുക്കണം എന്നവൾ മനസ്സിൽ കുറിച്ച് വെച്ചു.

ചേട്ടന്റെ പ്രേമകഥകളും കല്യാണക്കാര്യവും അവൾ പാട്രിക്കി നോട് സംസാരിച്ചു. അവൻ അല്പം അദ്ഭുതത്തോടെയാണ് അതൊക്കെ കേട്ടിരുന്നത് എന്നവൾക്കു തോന്നി.

പ്രേമകഥയല്ല അവനെ അമ്പരപ്പിക്കുന്നതെന്നും അത് അവളി ങ്ങനെ പറയുന്നു എന്നതാണ് അവനെ അദ്ഭുതപ്പെടുത്തുകയോ അലോസരപ്പെടുത്തുകയോ ചെയ്യുന്നത് എന്നും അവൾക്കു മനസ്സി ലായി.

എങ്കിലും അവൾ തുടർന്നു. എന്നിട്ട് അവനോടു ചോദിച്ചു.

''ഹൗ എബൗട്ട് യുവർ പ്രീവിയസ് ലവ് സ്റ്റോറീസ്...?''

അവൻ വീണ്ടും അലോസരപ്പെട്ടെങ്കിലും ചിരിച്ചുകൊണ്ട് ചോദിച്ചു.

''വാട്ട് യു മീൻ...''

''ഐ മീൻ ടു ആസ്ക്, ഹൗ മെനി ലവ് അഫയർസ് യു ഹാവ് ഹഡ് ബിഫോർ?''

അവൾ ചിരിച്ചുകൊണ്ട് അവനിലേക്ക് ഒന്നുകൂടി ചാഞ്ഞിരുന്നു.

''ഐ ഹാവ് ഹഡ് സെവറൽ അഫയേർസ്.''

അവൾ മനസ്സിലുരുവിട്ടു. സെവറൽ..!

എന്ന് വെച്ചാൽ എത്ര എന്നില്ല.

ഒരുപക്ഷേ ഒന്നും രണ്ടും മൂന്നുമല്ലെങ്കിൽ എണ്ണം പറയുന്നത് ബുദ്ധിമുട്ടു തന്നെ എന്നവൾക്കും തോന്നി.

പലതുണ്ടായി എന്ന് പറയുന്നത് തന്നെ ഉചിതം.

പത്ത് പന്ത്രണ്ടു വയസ്സ് മുതൽ, മനുഷ്യക്കുട്ടികൾക്കു എപ്പോൾ താത്പര്യം തോന്നുമോ മറ്റു മനുഷ്യനുമായി കൂട്ടുകൂടാനും പ്രേമിക്കാനും അപ്പോൾ മുതൽ അത് തുടങ്ങുന്നതിൽ യാതൊരു സന്മാർഗ്ഗ സദാചാര നിയന്ത്രണങ്ങളും ഇല്ലാത്തതിനാൽ, പലതവണ പിണങ്ങിപ്പോയ ബന്ധങ്ങൾ ഉണ്ടാകാം.

സമൂഹത്തെ പേടിച്ചിട്ടു തന്നെയല്ലേ ഇന്ത്യക്കാർ കൂടുതലും പിണങ്ങിയാലും പിരിയാതെ ഒരുമിച്ചു പോകാൻ ശ്രമിക്കുന്നത് എന്നവൾ ആലോചിച്ച് നോക്കി.

അവൾ സ്വയം മുൻകൈയെടുത്തു തന്നെ അവനെ ചുംബിച്ചു. എന്നിട്ടു പറഞ്ഞു, തനിക്കും ഉണ്ടായിരുന്നു പ്രണയമെന്ന്.

അവൻ വെറുതെ ചിരിച്ചുകൊണ്ട് അവളെ നോക്കാതെ ജനലിലൂടെ പുറത്തേക്കു നോക്കിയിരുന്നു.

കുറച്ചു നിമിഷങ്ങൾക്കുള്ളിൽ അവൻ ടോയ്‌ലെറ്റിൽ പോയിവരാം എന്ന് പറഞ്ഞുകൊണ്ട് എഴുന്നേറ്റുപോയി. അവൻ തന്റെ പൂർവ പ്രണയത്തെക്കുറിച്ച് കേൾക്കാൻ ആഗ്രഹിക്കുന്നില്ല എന്നവൾക്കു മനസ്സിലായി.

അപ്പുറത്തെ സീറ്റിൽ ഇരുന്നിരുന്ന ഒരു മധ്യവയസ്ക്കയായ സ്ത്രീ അവളോട് എന്തോ ചോദിച്ചു. ഇത് റിസേർവ്ഡ് കംപാർട്മെന്റാണോ ടിക്കറ്റ് ചെക്കിങ്ങിനു വന്നുപോയോ എന്നുമാണ് ചോദ്യം എന്ന് അല്പം മനസ്സിലായി. എങ്കിലും അവൾക്കു സംസാരിക്കുവാൻ തോന്നിയില്ല.

''ഇഹ് സ്പ്രെഹെ കൈൻ ഡോയിഷ്'' എന്നവൾ വിക്കിപ്പറയും പോലെ പറഞ്ഞു.

അല്പം ജർമ്മൻ ഭാഷയൊക്കെ മനസ്സിലാവുകയും സംസാരിക്കുകയും ചെയ്യുമെങ്കിലും, ജർമ്മൻ ഭാഷ അറിയില്ല എന്ന് പറഞ്ഞാൽ പ്പിന്നെ സംസാരിക്കണ്ടല്ലോ.

ഒരുപക്ഷേ ആ സ്ത്രീക്ക് ഇംഗ്ലീഷ് അറിയാമായിരിക്കും എന്നും അവർ തങ്ങളുടെ സംസാരം ശ്രദ്ധിച്ചിരിക്കും എന്നും തന്നെ പരീക്ഷിക്കാനായി ജർമ്മൻ ഭാഷയിൽ സംസാരിക്കാൻ വരുന്നതാണെന്നും അവൾക്കു തോന്നി.

അവർ ഒരു ജർമ്മൻകാരിയല്ല എന്നത് അവരുടെ മുഖച്ഛായയിൽ നിന്ന് മനസ്സിലാക്കിയെങ്കിലും തുർക്കിക്കാരിയാണോ അഫ്ഗാൻകാരിയാണോ നോർത്തിന്ത്യക്കാരിതന്നെയാണോ എന്നവൾക്കു മനസ്സിലാക്കാനായില്ല. ജർമ്മൻകാരികൾ പൊതുവെ ഈ തരത്തിലുള്ള ഇടപെടലുകൾ നടത്തില്ല എന്നതായും അവൾക്കറിയാം.

പാട്രിക് പത്തുമിനിറ്റോളം കഴിഞ്ഞാണ് തിരിച്ചു സീറ്റിലേക്കെത്തിയത്. വന്നിരുന്നതും അവൻ വിഷയം മാറ്റുന്ന വിധത്തിൽ കാലാവസ്ഥയെക്കുറിച്ചു സംസാരിക്കാൻ തുടങ്ങി.

വേഗം തന്നെ മഞ്ഞുകാലം തുടങ്ങും അതിനുള്ള കോട്ടുകളും മറ്റും അവളുടെ കൈവശമുണ്ടോ എന്നതും മറ്റുമായി വർത്തമാനങ്ങൾ. എങ്കിലും അവൾ വീണ്ടും വിഷയം മാറ്റിക്കൊണ്ട് ചേട്ടന്റെ കല്യാണക്കാര്യം തന്നെ എടുത്തിട്ട് ചോദിച്ചു.

‘‘വിൽ യു കം ടു ഇന്ത്യ വിത്ത് മി ഫോർ മൈ ബ്രദർസ് വെഡിങ്?’’

അത് തീരെ പ്രതീക്ഷിക്കാത്തതിനാൽ അവൻ അവളുടെ കണ്ണുകളിലേക്കു തന്നെ നിർന്നിമേഷനായി നോക്കി കുറച്ച് നിമിഷങ്ങൾ ചിന്തിച്ചിരുന്നു.

എന്നിട്ട്, അതൊക്കെ വലിയ ചിലവാകില്ലേ എന്ന് ചോദിച്ചു.

അതൊന്നും സാരമില്ല, ടിക്കറ്റിന്റെ ചിലവ് മാത്രം അവൻ എടുത്താൽ മതിയെന്നും ബാക്കിയെല്ലാ ചിലവും അവൾ എടുക്കുമെന്നുമവൾ പറഞ്ഞു.

നാട്ടിലെത്തിയാൽ നമ്മുടെയിവിടുത്തെ പോലെയല്ലെന്നും വീട്ടിൽത്തന്നെ എത്ര ദിവസം വേണമെങ്കിലും താമസിക്കാമെന്നും അതിനാൽ ചിലവൊന്നുമുണ്ടാകില്ല എന്നുമവൾ അവനെ പറഞ്ഞു മനസ്സിലാക്കി.

കാൾസ്റൂഹെയിൽ ഇറങ്ങി അവൾ ഫ്രൈബുർഗിലേക്കും അവൻ ഫ്രാങ്ക്ഫുർട്ടിലേക്കും ട്രെയിൻ കയറുന്നതിന് മുൻപ് അവർ പ്ലാറ്റ്ഫോമിൽ ആലിംഗനബദ്ധരായി അഞ്ചുമിനിറ്റോളം ചുംബിച്ചുകൊണ്ട് നിന്നത്, തിരിച്ചു മുറിയിലെത്തിയപ്പോഴും അവൾ ഓർത്തു ചിരിച്ചു.

തിരിച്ചെത്തിയത് മുതൽ കുറച്ചു ദിവസം കൃതിക കാര്യമായി ചിന്തിച്ചുകൊണ്ടിരുന്ന വിഷയം പാട്രിക്കിനെ കൂട്ടിക്കൊണ്ടു ചെല്ലുന്നതിനെപ്പറ്റി വീട്ടിൽ എന്ത് പറയും എന്നതാണ്.

ക്ലാസ്സുകളിൽ പോയതും റോഡിലൂടെ നടന്നതും റൂമിലെത്തുന്നതും എല്ലാം ഈ ചിന്തയിലാണ്ടു കൊണ്ടായിരുന്നു.

പ്രൊഫസ്സർമാരുടെ ലെക്ചറുകൾ വേണ്ടത്ര തലയിൽ കയറുന്നില്ല എന്നതിനാലും ഡിസംബറിലേക്കുള്ള വിമാനടിക്കറ്റ് വില കൂടി വരുന്നതിനാലും എന്തെങ്കിലും തീരുമാനിച്ച് അമ്മയെയോ ചേട്ടനെയോ കാര്യം ധരിപ്പിക്കണം എന്നവൾക്കു തോന്നി.

ടിക്കറ്റ് ബുക്ക് ചെയ്തു തരട്ടെയെന്നു ഇടയ്ക്കിടെ ചേട്ടൻ ചോദിക്കുന്നുമുണ്ട്. വേണ്ട സ്വയം ചെയ്തോളാം എന്നവൾ പറഞ്ഞൊഴിഞ്ഞുകൊണ്ടിരുന്നു.

അങ്ങനെ നവംബറിലെ ഒരാഴ്ച കഴിഞ്ഞു. ഞായറാഴ്ച അവൾ രാവിലെത്തന്നെ ചേട്ടനെ വിളിക്കണമെന്ന് മനസ്സിൽക്കരുതിക്കൊണ്ട് എഴുന്നേറ്റു.

ലാപ്ടോപ്പ് തുറന്നു മേശപ്പുറത്തുവെച്ച്, മേശക്കരികിലുള്ള ജനലിന്റെ വെള്ളത്തുണിയിൽ തൂവെള്ള നിറത്തിൽത്തന്നെ എംബ്രോയിഡറി ചെയ്തിട്ടുള്ള മനോഹരമായ കർട്ടൻ നീക്കിക്കൊണ്ടു നിന്നപ്പോൾ അവൾക്കു കണ്ണഞ്ചിപ്പോയി.

ചുറ്റും വെള്ള വിരിച്ചിരിക്കുന്നു മഞ്ഞിനാൽ!

അവൾ മൊബൈലിൽ തിരിച്ചും മറിച്ചും ഫോട്ടോകൾ എടുത്തു. ചേട്ടനയച്ചു.

''മൈ ഫസ്റ്റ് സ്നോ എക്സ്പീരിയൻസ്'' എന്ന അടിക്കുറിപ്പോടെ.

ഫ്രാങ്ക്ഫുർട്ടിലേതു പോലെയുള്ള താമസസ്ഥലമല്ല അവൾക്കിപ്പോൾ ഉള്ളത്.

അതൊരു ഹോസ്റ്റൽ പോലെത്തന്നെ യൂണിവേഴ്സിറ്റിയിലെ വിദ്യാർത്ഥികൾ മാത്രം താമസിക്കുന്ന ഇടമാണ്. ഫ്ളാറ്റ് തന്നെയാണെന്ന് പറയാം. എന്നാൽ ഒരു ഫ്ളോറിൽ ആറ് മുറികൾ, ഒരു അടുക്കള. ഏതു മുറിയിൽ നിന്നും ആ അടുക്കളയിൽ വന്നു പാകം ചെയ്യാം. അങ്ങനത്തെ ആറ് നിലകൾ ഉള്ള കെട്ടിടം. അതിന്റെ നാലാമത്തെ നിലയിലുള്ള മുറിയിലാണ് കൃതിക. അവളുടേതൊഴികെ മറ്റു മുറികളിൽ രണ്ടു പേര് വീതമുണ്ടെന്നു തോന്നി അവൾക്കു കുറെ പേരെ മാറി മാറി അടുക്കളയിൽ കണ്ടപ്പോൾ. ഒറ്റയ്ക്കോ കൂട്ടായോ മുറി വാടകയ്ക്കെടുക്കാം അവിടെ.

അവൾ മഞ്ഞിലേക്കു നോക്കിയും ആകാശത്തേക്ക് നോക്കിയും നാലാം നിലയുടെ ജനാലയ്ക്കൽ കുറെ നേരം നിന്നു.

താഴെ പാർക്കുചെയ്തിരിക്കുന്ന സൈക്കിളുകളിന്മേലും കാറുകളിന്മേലും ചെടികളിന്മേലും മുറ്റത്തും എല്ലാമെല്ലാം വെള്ളക്കൂനകൾ കാണാമായിരുന്നു. നടവഴിപോലും ഇല്ലാത്ത വിധമുള്ള വെള്ളവിരിപ്പ്.

അത്രയ്ക്ക് കട്ടിയിൽ നിലത്തുനിന്നും ഉയർന്ന മഞ്ഞുകൂനയല്ല എന്നവൾക്കു മനസ്സിലായി.

മഴക്കാലത്തു നാട്ടിലെ വഴിയിൽ പുല്ലു മുളച്ചാൽ അതിലൂടെ നടന്നു നടന്നു വഴി തെളിയും പോലെ, മഞ്ഞിലൂടെ നടന്നു നടന്നു വഴി തെളിയുമായിരിക്കും എന്നവൾ ഊഹിച്ചു. ഏതായാലും ആദ്യം അവൾ നടക്കാൻ പോകുന്നില്ല, ആരെങ്കിലുമൊക്കെ നടന്നു മഞ്ഞു നീങ്ങി വഴി തെളിയട്ടെ എന്നൊക്കെ അവൾ മനസ്സിൽക്കരുതി.

ഞായറാഴ്ചയായത് എത്ര നന്നായി, പുറത്തിറങ്ങണമെന്നില്ലല്ലോ എന്ന് ചിന്തിച്ചുകൊണ്ട് അവൾ ജനാലയ്ക്കൽ പുറത്തേക്കുതന്നെ നോക്കിക്കൊണ്ടു നിന്നു. അകത്തു സാധാരണ പോലത്തെ തണുപ്പ് തന്നെയേ തോന്നിയുള്ളൂ.

പാകത്തിനുള്ള ചൂട് മുറി ചൂടാക്കുന്ന വെള്ളം ചൂടാക്കൽ സിസ്റ്റത്തിൽ കൊടുത്തുകാണും എന്നവൾ ഊഹിച്ചു. സ്വയം അത് കൂട്ടുന്നതിനും ഒരു ടാപ്പ് പോലുള്ളത് ചുമരിന്റെ ഒരു വശത്തുള്ള പൈപ്പുകളിന്മേൽ ഉണ്ട്. അത് അവൾ എപ്പോഴും പരമാവധിയിൽ ആണ് ഇടാറുള്ളത്.

കേന്ദ്രീകൃതമായി മറ്റെന്തോ അഡ്ജസ്റ്റിംഗ് സംവിധാനം ഉള്ളതായി അവൾക്കു തോന്നിയിട്ടുണ്ട്.

ഏതായാലും തണുത്തുറയാത്തതിൽ അവൾ സമാധാനിച്ചു. മഞ്ഞുവീഴ്ച ഇങ്ങനെ തുടരുകയാണെങ്കിൽ തന്റെ ഷൂസ് മാറ്റേണ്ടി വരുമോ എന്നവൾ ആലോചിച്ചു. മുട്ടുവരെയുള്ള കട്ടി ഷൂസ് പലരും ധരിച്ചു കണ്ടിട്ടുണ്ട്. അതവൾക്കു വലിയ ഭാരം പോലെ തോന്നിയെങ്കിലും ഒന്ന് പരീക്ഷിക്കണം എന്ന് തോന്നിയിരുന്നു. അത് വാങ്ങണം എന്ന് മനസ്സിൽ കുറിച്ച് കൊണ്ട് അവൾ കംപ്യൂട്ടറിന്റെ മുന്നിലിരുന്നു.

ഈ വിന്ററിന്റെ ആദ്യ മഞ്ഞുവീഴ്ച തലേന്ന് രാത്രി പെയ്ത വിവരം ലോക്കൽ വാർത്ത വായിച്ചപ്പോൾ കണ്ടു. ചിത്രങ്ങൾ പാട്രിക്കിനും അയച്ചു. അവൻ മറുപടിയെഴുതി.

അത് അത്രയ്ക്കൊന്നും തുടരില്ല എന്നും മുഴുവനും മൂടിക്കിടക്കുന്ന അവസ്ഥ കൂടുതലും ഈ പ്രദേശത്തു ഉണ്ടാകില്ല എന്നും അവൻ പറഞ്ഞു.

അവൻ ഉറക്കത്തിലായിരിക്കും എന്നാണു അവൾ കരുതിയത്. എഴുന്നേറ്റിട്ടുള്ളതായി സന്ദേശമയച്ചതിനാൽ മനസ്സിലായി. അവൾ അവനെ വിളിച്ചു സംസാരിക്കണമെന്ന് പറഞ്ഞു.

ചേട്ടനെ വിളിക്കുന്നതിന് മുൻപായി പാട്രിക്കിനോട് ഒന്നുകൂടി ചർച്ച ചെയ്യാം എന്നവൾക്കു തോന്നി. ഡിസംബറിൽ അവനും അവധിയുണ്ട്. ആ ദിവസങ്ങൾ ഏതൊക്കെ എന്നത് മനസ്സിലാക്കി അവൾ മനസ്സിൽ ഒന്നുകൂടി കുറിച്ചുവെച്ചു.

യാത്രയുടെ പ്ലാൻ ചേട്ടനോട് പറയാനായി തുടങ്ങുകയാണെന്നു പാട്രിക്കിനോടും പറഞ്ഞു. ചേട്ടൻ അച്ഛനെയും അമ്മയെയും പറഞ്ഞു മനസ്സിലാക്കുമെന്നും അവൾ പാട്രിക്കിനോട് പറഞ്ഞു.

കരുതിയത് പോലെത്തന്നെ ചേട്ടൻ വിളിച്ചപ്പോൾ കാര്യം പറയുന്നതിനിടെ അവൾക്കു ഒരു ഭാവഭേദവും കാണാനായില്ല. സാധാരണ കാര്യം പോലെ അയാൾ പാട്രിക്കിന്റെ പഠനത്തെയും ജോലിയെയും കുറിച്ചൊക്കെ ചോദിച്ചു. അമ്മയോടും അച്ഛനോടും പറയാമെന്നും പറഞ്ഞു. കൂട്ടത്തിൽ പറഞ്ഞു, പാട്രിക്കിന് വീട്ടിൽ താമസമൊക്കെ ബുദ്ധിമുട്ടാവുമെങ്കിൽ ഒരു ഹോട്ടലിലോ മറ്റോ താമസം ഏർപ്പാടാക്കാം എന്ന്.

പാട്രിക്കിനാണോ അതോ വീട്ടിലുള്ളവർക്കാണോ ബുദ്ധിമുട്ടാവുക എന്നത് വ്യക്തമാക്കാത്ത വിധം മനോഹരമായി ചേട്ടനതു കൈകാര്യം ചെയ്തോളും എന്നവൾക്കു തോന്നി.

ഇന്ത്യ കാണാൻ മോഹമുള്ള ഒരു സുഹൃത്ത് എന്ന് മാത്രമാണ് അവൾ ചേട്ടനോടും പറഞ്ഞത്. എങ്കിലും കാര്യങ്ങൾ ഗ്രഹിക്കുന്നതിൽ ചേട്ടൻ മിടുക്കനാണ് എന്ന് അവൾക്കറിയാം.

അച്ഛനും അമ്മയും എന്ത് കരുതുമോ ആവോ...

അവർ പാട്രിക്കിനെ വിവാഹം കഴിച്ചോളാൻ പറയുമോ. പറഞ്ഞാൽത്തന്നെ അതെങ്ങനെ നടക്കും. എവിടെവെച്ചു നടക്കും? അവന്റെ ആളുകൾ അതിലിടപെടുമോ. എങ്ങനെ, എവിടെ ജീവിക്കും ഒരുമിച്ചായാൽ... അങ്ങനെ കുറെ ചിന്തകൾ അവളുടെ മനസ്സിലൂടെ ഓടിക്കൊണ്ടിരുന്നു.

ഒന്നും അറിയില്ല. വരുന്നതുപോലെ നടക്കട്ടെ.

അവൾ അപ്പോൾത്തന്നെ ടിക്കറ്റുകൾ നോക്കി അവർക്കു രണ്ടു പേർക്കുമുള്ളതു ബുക്ക് ചെയ്തു.

പാട്രിക് അഞ്ഞൂറ് യൂറോ കഴിഞ്ഞയാഴ്ച തന്നെ അവളുടെ ബാങ്ക് അക്കൗണ്ടിലേക്കു അയച്ചു കൊടുത്തിരുന്നു. ബാക്കിയുള്ളത് പിന്നെ തരാമെന്നും പറഞ്ഞു. അത് മതിയാകും എന്നവൾ പറഞ്ഞു.

ഒരു മാസം മുൻപേതന്നെ നോക്കിയാൽ പോകാനും വരാനുമുള്ള ടിക്കറ്റുകൾ ഈ വിലയ്ക്ക് ലഭിച്ചേക്കും എന്നവൾക്കു അറിയാമായിരുന്നു.

ഒരു തവണയേ യാത്ര ഉണ്ടായിട്ടുള്ളൂവെങ്കിലും എന്തിനെന്നറിയില്ല അവൾ ഇടയ്ക്കിടെ ടിക്കറ്റുവിലകൾ സെർച്ച് ചെയ്തു നോക്കാറുണ്ട്. ഏതു സൈറ്റിൽ നോക്കിയാൽ ഏതു തരത്തിൽ ഏതു കാലയളവിലേക്ക് ഏതു റൂട്ടിൽ കുറഞ്ഞ നിരക്കിലുള്ള ടിക്കറ്റുകൾ ഇന്ത്യയിലേക്ക് പോയി വരാനായി ലഭിക്കും എന്നത് അവൾക്കു പരിചിതമായിരുന്നു.

ടിക്കറ്റുകൾ ബുക്ക് ചെയ്തതിനു ശേഷം ദിവസങ്ങൾ പെട്ടെന്ന് കഴിഞ്ഞുപോയതായി അവൾക്കു തോന്നി. മഞ്ഞിന്റെയും തണു പ്പിന്റെയും പ്രശ്നം തീരെയുണ്ടായില്ല. വേണ്ടത്ര വസ്ത്രം ധരിച്ചാൽ തണുപ്പ് പ്രശ്നമല്ല എന്നവൾക്കു തോന്നി.

റോഡുകൾ രാവിലെ പുറത്തിറങ്ങുമ്പോൾ വൃത്തിയായിരുന്നു. ചിലപ്പോൾ വഴിയോരങ്ങളിൽ അല്പാല്പം മഞ്ഞു കൂടിക്കിടക്കുന്നതു കാണാമെന്നു മാത്രം.

ഡിസംബറിൽ അല്പം തണുപ്പ് കൂടി എന്നത് വാസ്തവം.

ഇന്ത്യയിലേക്കുള്ള യാത്രയ്ക്കായി ഫ്രാങ്ക്ഫുർട്ടിൽ ചെന്നിറ ങ്ങുമ്പോൾ ട്രെയിനിൽ നിന്ന് പുറത്തു കടന്നതും തണുപ്പ് കൂടുത ലുള്ളതുപോലെ തോന്നി.

സ്റ്റേഷനിൽ വലിയ ഒരു ക്രിസ്തുമസ് ട്രീ അലങ്കരിച്ചു വെച്ചതിന്റെ അരികിൽ പാട്രിക്ക് കാത്തുനിന്നിരുന്നു. തണുപ്പിനാൽ മൂക്കുംകൂടി മൂടുന്ന മാസ്ക് അവൾ എടുത്തുമാറ്റി അവനെ ചുംബിച്ചു.

അവൻ അവളുടെ കഴുത്തിലൂടെ കെട്ടിയിരിക്കുന്ന കമ്പിളി ഷാളി ന്റെയിടയിലൂടെ കൈകളാൽ തഴുകിക്കൊണ്ടു ആലിംഗനം ചെയ്തു.

‘‘ആർ യു ഇൻ ടെൻഷൻ?’’ അവൻ ചോദിച്ചു.

‘‘വൈ..? ഐ ആം ഹാപ്പി.’’ അവൾ പുഞ്ചിരിച്ചു.

‘‘ഐ ആം ആൾസോ ഹാപ്പി, ബട്ട് ഐ ഹാവ് ലിറ്റിൽ ടെൻഷൻ ടൂ...’’

അവൻ ചെറുതായി ചിരിക്കുന്നതും മുഖം ചുവക്കുന്നതും അവൾ ശ്രദ്ധിച്ചു.

ടെയ്ക്കോഫ്

മനോഹരമായ ക്രിസ്തുമസ് ട്രീയുടെ മുകളിലുള്ള മിന്നുന്ന അലങ്കാരങ്ങളും നോക്കി അവർ കുറച്ചു നേരം അടുത്തുള്ള കഫെയിൽ ഇരുന്നു. എയർപോർട്ടിൽ പോയിരിക്കുന്നതാണ് കൂടുതൽ സുഖം എന്നുണ്ടെങ്കിലും അവിടെ കാപ്പിക്കു കൂടുതൽ വിലയാകുമല്ലോ.

കാപ്പിയും ക്രോയ്സന്റും കഴിച്ചു കൊണ്ട് ഇരിക്കുമ്പോഴൊന്നും അവർ അധികം സംസാരിച്ചില്ല. വെറുതെ ചുറ്റും നോക്കിയും ഇടയ്ക്കിടെ കണ്ണുകളിൽ പരസ്പരം ഉടക്കിയും ഇരുന്നു.

പുറത്ത് മഞ്ഞു വീഴുന്നത് ചില്ലുവാതിലിലൂടെ കാണാമായിരുന്നു.

ക്രിസ്തുമസ് അപ്പൂപ്പന്റെ വേഷത്തിലുള്ള വലിയ രൂപം അവിടെ ഹാളിന്റെ എൻട്രൻസിൽ നിന്ന് തുള്ളിക്കളിക്കുന്നുണ്ടായിരുന്നു. പല കുട്ടികളും മുതിർന്നവരുമായ യാത്രക്കാർ വെള്ളബോർഡറും കുടുമയുമുള്ള ചുവപ്പു അപ്പൂപ്പൻ തൊപ്പി തലയിൽ നാട്ടിയിരിക്കുന്നു.

കൃതിക ഇടയ്ക്കിടെ സമയം നോക്കി.

ഫ്ളൈറ്റിന് ഇനി അഞ്ചു മണിക്കൂർ ഉണ്ട് എന്നതിനാൽ ഒരു മണിക്കൂറോളം ഇവിടെയിരുന്ന്, പോകുമ്പോൾ സബ്‌വേയിൽ നിന്ന് ഓരോരോ നീണ്ട സാൻഡ്‌വിച്ചും വാങ്ങി പോകാമെന്നു അവൾ പാട്രിക്കിനോട് പറഞ്ഞു.

അവൻ അല്പം ചിന്താധീനനാണെന്നു തോന്നി അവൾ ചോദിച്ചു.

''വാട്ട് ആർ യു തിങ്കിങ്..?''

അവൻ അല്പം ചിരിച്ചുകൊണ്ട് പറഞ്ഞു, ''നതിങ്...''

സാധാരണ ഇന്ത്യക്കാരുടെ പോലെ അവനു ഹോം സിക്ക്നെസ് എന്നതൊക്കെ ഉണ്ടാകുമോ എന്നവൾ ആലോചിച്ച് നോക്കി. യൂറോപ്യൻ സംസ്ക്കാരത്തിൽ ഇവർ ചിന്തിക്കുന്നത് വേറേ പോലെയാകാമല്ലോ.

''ഡൂ യു ഗോ ഹോം ഫോർ ക്രിസ്മസ് യൂഷലി?''

അവൻ സാധാരണ ക്രിസ്മസിനു വീട്ടിൽ പോകാറുണ്ടോ എന്നറിയില്ല. അങ്ങനെയൊന്നും വീട്ടിൽ പോകുന്നതിനെപ്പറ്റി പറയാത്തതിനാൽ അവൾ ചോദിച്ചിരുന്നുമില്ല.

അവന്റെ മുഖം സാധാരണത്തേതിൽ കവിഞ്ഞു ചുവന്നു തുടുത്തതായും കണ്ണുകൾ കൂടി ചുവക്കുന്നതായും അപ്പോളവൾക്കു തോന്നി.

അവന്റെ നോട്ടത്തിൽ ഒരു അപരിചിതത്വം ഉണ്ടോ എന്നവൾക്കു പെട്ടെന്ന് തോന്നി. അവൾക്കു അങ്ങനെയൊരു അപരിചിതത്വം തോന്നിയതിനാലാവുമോ അങ്ങനെ തോന്നിയത് എന്നും അവൾ ആലോചിച്ചു.

''സോറി പാട്രിക്, ഇഫ് ഐ ആം അസ്കിങ് അൺനെസസ്സറി പേർസണൽ ക്വൊസ്റ്റെയ്ൻ...''

അധികം വ്യക്തിപരമായ ചോദ്യങ്ങൾ ചോദിക്കുന്നത് പാശ്ചാത്യർക്കു ഇഷ്ടമല്ല എന്നവൾക്കു അറിയാം. പക്ഷേ തങ്ങൾ പ്രണയത്തിലാണ്... അപ്പോൾ ചോദിക്കണമല്ലോ എന്ന് കരുതിയാണ് അവൾ അങ്ങനെ ചോദിച്ചത്.

ഇന്ത്യക്കാരാണെങ്കിൽ വ്യക്തിപരമായതു ചോദിക്കുന്നതാണ് അവർക്ക് അടുപ്പം സൃഷ്ടിക്കുന്നതിന്റെയും കെയർ ഉണ്ട് എന്ന് തോന്നിക്കുന്നതിന്റെയും തെളിവ്.

അവൾക്ക് ആകെ അസ്വസ്ഥത തോന്നി.

എന്ത് സംസ്ക്കാര രീതിയായാലും വേണ്ടില്ല അവന്റെ കുടുംബ സാഹചര്യം അറിയണം എന്നവൾക്കു തോന്നി. ഇതുവരെ ഒന്നും പറയാത്തതിനാൽ അറിഞ്ഞില്ല. ഇനി അറിയാതെ പറ്റില്ല എന്നവൾക്കു തോന്നി.

ചിന്തകളുടെ നിമിഷങ്ങളെ മുറിച്ചുകൊണ്ട് അവൻ പറഞ്ഞു.

''നോ നോ ഐ ഡോണ്ട്...''

അവൾക്ക് അല്പം ശ്വാസം നേരെ വീണു.

പിന്നെ എന്താണ് അവനിങ്ങനെ വിഷണ്ണനായി ഇരിക്കുന്നത് എന്നവൾ ചോദിച്ചപ്പോൾ അവൻ ഒന്നും പറയാതെ ചിരിച്ചതേയുള്ളൂ.

പക്ഷേ അവൾ വീണ്ടുമൊരു സിപ് കാപ്പി കുടിച്ചുകൊണ്ട് ചോദിച്ചു.

''സൊ, ആർ യുവർ പേരെന്റ്സ് ഇൻ വിയെന്ന?''

''മൈ മദർ ഈസ് ദേർ...' അവൻ ദൂരെയുള്ള ക്രിസ്മസ് അപ്പൂപ്പന്റെ വലിയ രൂപത്തെ നോക്കിക്കൊണ്ടു പറഞ്ഞു.

''സൊ, വെർ ഈസ് യുവർ ഫാദർ?''

അവൾ കാപ്പിഗ്ലാസ്സിനരികെ മേശമേൽ അലസമായിക്കിടക്കുന്ന അവന്റെ കൈകൾ മെല്ലെ സ്പർശിച്ചുകൊണ്ടു ചോദിച്ചു.

''ഐ ഡോണ്ട് വാണ്ട് ടു ടോക്ക് എബൗട്ട് ദാറ്റ്...''

പെട്ടെന്ന് കൈ വലിച്ചു കൊണ്ട് കാപ്പി ഗ്ലാസ്സെടുത്തു മുഖത്തോടു ചേർത്തുകൊണ്ട് അവൻ പറഞ്ഞു.

അപ്പോൾ കൃതികയുടെ കണ്ണുകളാണ് ചുകന്നതെന്നു അവൾക്കു മനസ്സിലായി. തലയിലേക്കുള്ള രക്തക്കുഴലുകൾ നിലച്ച പോലെയോ പെട്ടെന്ന് രക്തം കട്ട പിടിച്ച പോലെയോ തോന്നിയവൾക്കപ്പോൾ.

അവൾ 'ഓ സോറി' എന്ന് പറഞ്ഞുകൊണ്ട് മിണ്ടാതിരുന്നു.

അവൻ അല്പനിമിഷത്തിൽ ഗ്ലാസിൽ നിന്ന് ക്രിസ്മസ് അപ്പൂപ്പനിലേക്കു നാട്ടിയിരുന്ന കണ്ണെടുത്ത് അവളുടെ മുഖത്തേക്ക് നോക്കി.

''സോറി കൃതിക, ഐ ഡോണ്ട് നോ എബൗട്ട് മൈ ഫാദർ... സൊ, ഐ ഡോണ്ട് വാണ്ട് ടു ടോക്ക്... ഓർ ഐ ഹാവ് നതിങ് ടു ടോക്ക്...''

അവൻ അവളുടെ കരം ഗ്രഹിച്ചു. കൈപ്പത്തിയിൽ മൃദുവായി ചുംബിച്ചു. അവൾക്കപ്പോൾ അല്പം ചിരിക്കാൻ കഴിഞ്ഞു.

അവർ പിന്നീടും അധികം സംസാരിക്കാതെ കാപ്പി മുഴുവനാക്കി.

പ്ലാറ്റ് ഫോമിലേക്ക് നടക്കുന്നതിനിടെ അവർ സബ്‌വേയുടെ മുന്നിൽ സാൻഡ്‌വിച് വാങ്ങാൻ നിന്നപ്പോൾ കൃതിക രണ്ടു കെയ്ക്ക് കഷ്ണങ്ങൾ കൂടി വാങ്ങി. ബ്ലാക്ഫോറെസ്റ്റ്... ജർമ്മനിയുടെ തനതായ കെയ്ക്ക്.

''ഇതാണ് നമ്മുടെ ക്രിസ്മസ് കെയ്ക്ക്, ബാക്കി ആഘോഷങ്ങൾ ഇന്ത്യയിൽ ചെന്നിട്ടാകാം.''

അവൾ പാട്രിക്കിനെ നോക്കി കൺചിമ്മിക്കൊണ്ട് പറഞ്ഞു.

അവളുടെ കണ്മഷി പരന്നിളകി കൺപോളകൾ മുഴുവനായും കറുപ്പിച്ചിരുന്നത് കൂടുതൽ അഴകേകി.

എയർപോർട്ടിലേക്കുള്ള ട്രെയിൻ കയറിയപ്പോൾ അവർക്ക് ഇരിക്കുവാൻ തോന്നിയില്ല. അല്പം തിരക്കുള്ള ട്രെയിനിൽ ചില സീറ്റുകൾ ഒഴിവുണ്ടായിരുന്നെങ്കിലും അവർ പെട്ടികൾ വെച്ചിടത്തു പരസ്പരം തൊട്ടുരുമ്മി നിന്നു. കണ്ണിൽക്കണ്ണിൽ നോക്കിയും ചുംബിച്ചും...

വിമാനത്താവളത്തിലും തിരക്കുള്ളതായിത്തോന്നി അവൾക്ക്.

സെക്യൂരിറ്റി ചെക്കിങ്ങിനു കുറെ നേരം വരിയിൽ നിൽക്കേണ്ടി വന്നു. ആണുങ്ങളുടെ വരി വേഗം കഴിഞ്ഞു പോയതായി മനസ്സിലായി.

അവൾ എത്തിയപ്പോഴേക്കും പാട്രിക് അവിടെ കാത്ത് നിൽക്കുന്നുണ്ടായിരുന്നു.

അവന്റെ മുഖത്തിപ്പോൾ ഒരു പുതിയ തിളക്കം കാണുന്നുണ്ടെന്നും അവൾക്കു തോന്നി. അവൻ ആദ്യമായാണല്ലോ രാജ്യാന്തര വിമാന യാത്ര നടത്തുന്നത്. അതിന്റെ ഉന്മേഷവും ഇപ്പോൾ അവനിൽ കാണാനുണ്ടെന്നു കൃതിക വിചാരിച്ചു.

ഗേറ്റിനടുത്തെത്തിയപ്പോൾ തിരക്ക് കുറഞ്ഞതുപോലെ തോന്നി അവൾക്ക്. ഇന്ത്യയിലേക്കുള്ള ആളുകൾ മാത്രമല്ലേ ഉണ്ടാകൂ ഇവിടെ.

ഫ്രാങ്ക്ഫുർട്ടിൽ നിന്നും ഡൽഹിയിലേക്കുള്ള എയർഇന്ത്യയാണ് അവൾ തിരഞ്ഞെടുത്ത ടിക്കറ്റ്. വന്നപ്പോൾ ദുബായ് വഴി വന്ന കാര്യം അവൾ മറക്കാൻ ശ്രമിച്ചു. നിതിൻ ചേട്ടനെ മറക്കാൻ ശ്രമിക്കുന്നതു പോലെ.

എങ്കിലും അവൾ പാട്രിക്കിനോട് പറഞ്ഞു. അവൾ ജർമ്മനി യിലേക്ക് പോന്നത് ജർമ്മൻകാരുടെ തന്നെ ലുഫ്താൻസ എന്ന വിമാനം ദുബായിൽ നിന്ന് മാറിക്കയറിക്കൊണ്ടാണ് എന്ന്. ദുബാ യിലേക്ക് വന്നത് ദുബായിക്കാരുടെതന്നെ എമിരേറ്റ്സ് എന്നതിലും.

എന്നാൽ നീ ആദ്യമായി ഇന്ത്യയിലേക്ക് വരുന്നത് ഇന്ത്യക്കാരുടെ തന്നെ വിമാനത്തിലായിക്കോട്ടെ എന്ന് കരുതിയാണ് എയർ ഇന്ത്യ യെടുത്തത് എന്നുമവൾ കൂട്ടിച്ചേർത്തു.

അവൾക്കും ഒരു ചേയ്ഞ്ച് ആവശ്യമുണ്ട് എന്നതും ഒരു കാര്യ മാണെങ്കിലും.

അവന് ഏതായാലും ഒരു പോലെ തന്നെ എന്നവൻ പറഞ്ഞു.

അവർ ആരും ഇരിക്കാത്ത വരിയിലുള്ള കസേരകളിൽ അങ്ങേ അറ്റത്തു പോയിരിക്കാനായി ട്രോളികളും ഉരുട്ടി നടന്നു. ഏറ്റവും പിന്നിലെ വരിയിൽ ഏറ്റവും അറ്റത്തുള്ള കസേരകളിൽ അവർ സ്വസ്ഥമായി ഇരുന്നു.

ഡൽഹിവിമാനത്തിലേക്കുള്ള ഗേറ്റിന്റെ മുന്നിലെ ലോഞ്ചിലെത്തു ന്നിടത്ത് സ്റ്റാൻഡിൽ ഉള്ള ചില പത്രങ്ങൾ പാട്രിക് എടുത്തിരുന്നു. അതും വായിച്ചുകൊണ്ടു കുറച്ചുനേരം ഇരുന്നു.

എന്താണീ നീയോനാസിസ്റ്റുകളെക്കുറിച്ചുള്ള വാർത്ത സൂചിപ്പിക്കു ന്നത് എന്ന് അവൾ പാട്രിക്കിനോട് ചോദിച്ചു. അപ്പോൾ അവനു കുറെ എന്തൊക്കെയോ പറയാനുണ്ടായിരുന്നു.

വാർത്തയിൽ വസ്തുതയുണ്ടോ എന്ന് മാത്രം അറിഞ്ഞാൽ മതി യായിരുന്നു അവൾക്കപ്പോൾ.

പത്രം മടക്കി വെച്ച് അവൾ ഫോണെടുത്തു.

മൊബൈലുകളിൽ നിന്ന് ഇയർ ഫോൺ തിരുകി പാട്ടു കേൾക്കു വാൻ തുടങ്ങി. ഇനിയും രണ്ടു രണ്ടര മണിക്കൂർ ഉണ്ടല്ലോ ബോർഡിങ് തുടങ്ങാൻ.

അതിനിടെ അവൾ ചേട്ടന് സന്ദേശങ്ങൾ അയച്ചു. ഒരു സെൽഫിയും എടുത്തു അയച്ചു. പാട്രിക്കും കൂടിയിരിക്കുന്ന ഒരു സെൽഫി. സെൽഫിയെടുക്കുന്നതിനിടെ തിരിഞ്ഞും മറിഞ്ഞും പോസ് ചെയ്യവേ, പെട്ടെന്നാണ് ഒരു പെൺകുട്ടി അതേ വരിയിൽ അങ്ങേ അറ്റത്ത് വന്നിരിക്കുന്നത് അവൾ ശ്രദ്ധിച്ചത്.

സിമ്രാൻ! അവളുടെ ആത്മഗതം ഉറക്കെയായി.

പാട്രിക് ''വാട്ട്?'' എന്ന് ചോദിച്ചു.

അതാ ആ ഇരിക്കുന്നതാണ് അവൾ മുൻപ് പറഞ്ഞ സിമ്രാൻ എന്ന് അവൾ പറഞ്ഞു.

എങ്ങനെയായിരിക്കും സിമ്രാൻ അവളുടെ ദത്തുമാതാവിനോടും പിതാവിനോടും അനുമതി നേടി ഇന്ത്യയിലേക്ക് പുറപ്പെട്ടത്! അവൾ അത്ഭുതപ്പെട്ടു.

''ഷാൾ ഐ ഗോ ആൻഡ് ടോക്ക് ട് ഹേർ, വാട്ട് യു തിങ്ക്..?''

സിമ്രാൻ സംസാരിക്കുമോ താൻ പോയി സംസാരിച്ചാൽ എന്ന് കൃതിക പാട്രിക്കിനോട് അഭിപ്രായം ചോദിച്ചു.

അന്ന് നിസ്സാരമെന്നു കൃതികയ്ക്കു തോന്നിയ, സമയത്തിന്റെ പ്രശ്നം പറഞ്ഞു പിണങ്ങി, ഇനി കാണില്ല എന്നും പറഞ്ഞ ആളല്ലേ. കൂടാതെ പിന്നീടും അവൾ സോറി പറഞ്ഞും വിശദീകരിച്ചും സന്ദേശമയച്ചിട്ടും അവൾ കണ്ടുമുട്ടില്ല എന്ന് പറഞ്ഞതാണ്.

''ഐ ഡോണ്ട് നോ, യു ട്രൈ ഇഫ് യു വാണ്ട്'' എന്നാണ് പാട്രിക് പറഞ്ഞത്.

അവൾ പതുക്കെ എഴുന്നേറ്റു സിമ്രാന്റെ അടുത്തേക്ക് ചെന്ന്, ''ഹലോ സിമ്രാൻ'' എന്ന് പറഞ്ഞു കൈ നീട്ടി.

സിമ്രാൻ തെല്ലത്ഭുതത്തിലെങ്കിലും ഷേക്ക് ഹാൻഡ് കൊടുത്തു ചിരിക്കാൻ ശ്രമിച്ചു കൊണ്ട് ''ഹലോ'' എന്ന് പറഞ്ഞു.

കൃതിക അവളുടെ അടുത്തുള്ള സീറ്റിൽ ഇരുന്നു.

''ഐ ആം ഹാപ്പി ദാറ്റ് യു ആർ ട്രാവലിംഗ് ടു ഇന്ത്യ...''

സിമ്രാൻ ഒന്നും പറയാതെ പുഞ്ചിരിക്കുക മാത്രം ചെയ്തു.

അതിനാൽ അവൾ വീണ്ടും പറഞ്ഞു. ''ഐ വാണ്ട് ടു ഇൻവയിറ്റ് യു ടു കേരള.''

പിന്നീടെന്തു പറയണം എന്നാലോചിച്ചു കൃതിക അസ്വസ്ഥമായിക്കൊണ്ടിരിക്കെ സിമ്രാൻ മെല്ലെ പറഞ്ഞു.

''ഐ ആം വിത്ത് മൈ പേരെന്റ്സ്.''

അവൾ അതെ വരിയിൽ ഇടയ്ക്കുള്ള നടവഴിയുടെ അപ്പുറത്തു

അങ്ങേ അറ്റത്തു ഇരിക്കുന്ന വൃദ്ധദമ്പതികളെ നോക്കി കാണിച്ചു തന്നു. അവൾ ഇരിക്കുന്ന സീറ്റിനപ്പുറം ഉള്ള നടവഴിയിലേക്കു കൃതിക എഴുന്നേറ്റു നിന്നുകൊണ്ട് ചോദിച്ചു.

''ഷാൾ ഐ ഗോ ആൻഡ് വിഷ് ദേം?''

അവരെ കണ്ടു വിഷ് ചെയ്യുന്നത് സിമ്രാനിഷ്ടപ്പെടുമോ എന്ന് നിശ്ചയമില്ലാത്തതിനാൽ അവൾ ചോദിച്ചതാണ്.

സിമ്രാൻ ഒന്നും മിണ്ടാതെ തലയാട്ടി.

അപ്പോഴേക്കും ഗേറ്റിനടുത്തെ കൗണ്ടറിലുള്ള സുന്ദരനായ സിക്കുകാരൻ ബോർഡിങ്ങിനുള്ള സമയമായി എന്നും നിർദ്ദേശങ്ങളും പറയുന്നത് കേട്ട്, അവർ ഇരുന്നിരുന്ന ഇടത്തു നിന്ന് എഴുന്നേറ്റു പെട്ടികൾ എടുത്തു നിൽക്കാൻ തുടങ്ങി. സിമ്രാനും എഴുന്നേറ്റു. പെട്ടികളും ബാഗും എടുത്തു ക്യൂവിലേക്കു വരുമ്പോൾ കാണാം എന്നവൾ സിമ്രാനോടു പറഞ്ഞു.

കാർപെറ്റു വിരിച്ച നടവഴിയുടെ അപ്പുറത്തു പത്തു പതിനഞ്ചു കസേരകളുടെ ഇടയിലൂടെ സിമ്രാൻ അങ്ങോട്ട് നടക്കുന്നത് നോക്കി, ഇപ്പുറത്തേക്ക് അതേപോലെ തന്നെ കസേരയുടെ ഇടയിലൂടെ അവൾ നടന്നു. ബാക്പാക് എടുത്തു തോളിലിട്ട് കൊണ്ട് നിന്ന പാട്രിക്കിനോട് അവൾ പറഞ്ഞു.

''ഷി ഈസ് ട്രാവലിംഗ് വിത്ത് ഹേർ പേരെന്റ്സ്.''

അവർ രണ്ടുപേരും ട്രോളിയും വലിച്ച് കൊണ്ട് ബോർഡിങ്ങിനുള്ള ക്യൂവിൽ ചേർന്നു. സിമ്രാൻ നിൽക്കുന്നതിന്റെ പിന്നിലായി ഏതൊക്കെയോ ആളുകൾ ചെന്ന് നിന്നിരുന്നു എന്നതിനാൽ അവൾ പെട്ടി പാട്രിക്കിനെ ഏല്പിച്ചുകൊണ്ട്, അഞ്ചാറുപേർക്ക് മുൻപിലായി നിൽക്കുന്ന സിമ്രാന്റെ അടുത്തേക്കു ചെന്നു.

അവളുടെ പേരെന്റ്സിനോട് ''ഹലോ, അയാം കൃതിക, സിമ്രാൻസ് ഫ്രണ്ട്'' എന്ന് പറഞ്ഞു.

അവർ ''ഹലോ'' എന്ന് പറയുമ്പോൾ അല്പം ആശയക്കുഴപ്പം അവരുടെ മുഖത്ത് പടർന്നിരുന്നു.

എങ്കിലും ചെറുചിരിയോടെ അവൾ യൂണിവേഴ്സിറ്റിയിൽ എന്താണ് പഠിക്കുന്നത് എന്നും ഇന്ത്യയിൽ എവിടെയാണ് വീട് എന്നും ചോദിച്ചു. എഴുപതോളം വയസ്സ് തോന്നിക്കുന്ന അവരുടെ ആകാംക്ഷ അവൾക്കു മനസ്സിലായി.

സിമ്രാനെ എവിടെ നിന്നുള്ള അനാഥാലയത്തിൽ നിന്നാണ് ദത്തെടുത്തത് എന്ന് അവൾക്കു തന്നെ അറിയില്ല. ഇപ്പോൾ ഇന്ത്യയിലേക്കുള്ള യാത്രയിൽ അവർ അവളോടത് പറഞ്ഞു കാണുമോ അവൾ ചോദിച്ചു പ്രശ്നമാക്കിയിട്ടാണോ ഈ യാത്ര. ഒന്നും അറിയില്ല.

എങ്കിലും കൃതിക പറഞ്ഞു, അവൾ അവരെ കേരളത്തിൽ തന്റെ വീട്ടിലേക്കു ക്ഷണിക്കുന്നു എന്ന്. അവളുടെ ചേട്ടന്റെ കല്യാണത്തിന് പോകുകയാണ്. പറ്റുമെങ്കിൽ നിങ്ങൾ ആ ദിവസങ്ങളിലേക്ക് കേരളത്തിൽ വരണം. ക്ഷണക്കത്തു സിമ്രാന്റെ മെയിലിൽ അയയ്ക്കാം എന്നൊക്കെ അവൾ ഒറ്റശ്വാസത്തിലെന്ന പോലെ പറഞ്ഞു.

അപ്പോഴേക്കും വരിയിലെ ആളുകൾ കുറെ നീങ്ങിത്തുടങ്ങി എന്നതിനാൽ അവൾ അവരോടു പിന്നെക്കാണാം എന്ന് പറഞ്ഞു പാട്രിക്കിനടുത്തേക്കു ചെന്ന് നിന്നു.

സിമ്രാൻ അപ്പോഴും ഒന്നും മിണ്ടാതെ നിൽക്കുകയായിരുന്നു എന്നവൾ പാട്രിക്കിനോട് പറഞ്ഞു. വിമാനത്തിൽ കയറിയിരുന്നതിനു ശേഷം അവരെ പിന്നെ കണ്ടില്ല. അവരുടെ സീറ്റ് കുറെ മുൻപിലായിരുന്നു.

പിന്നിലുള്ളവരെ ആദ്യം കയറാൻ വിളിച്ചതൊന്നും പാട്രിക്കോ കൃതികയോ ശ്രദ്ധിച്ചിരുന്നില്ല എന്നതിനാൽ, ഇരിക്കാനും ബാഗുകൾ ഓവർഹെഡ് റാക്കിൽ വെക്കാനും ശ്രമിക്കുന്നവരുടെ ഇടയിലൂടെ തിക്കിത്തിരക്കി പിന്നിലെത്തി.

അപ്പോഴേക്കും അവൾക്കു ക്ഷീണം തോന്നി. മൂന്നാല് ലെയർ വസ്ത്രങ്ങളുടെയും പുറത്തുള്ള ബാഗിന്റെയും ഭാരങ്ങൾ കാരണം...

സീറ്റിലിരുന്നപ്പോൾ അവൾ തൊപ്പിയും കൈയിലെ ഗ്ലൗസും ഊരിവെച്ചു. മുടി കോതി ശരിയാക്കി.

പാട്രിക്ക് ഉന്മേഷവാനായി കാണപ്പെട്ടു.

സാരിക്കാരികളായ എയർഹോസ്റ്റസുമാരെ കണ്ട് അവൻ മെല്ലെ ചോദിച്ചു. ‘‘വാട്ട് ഈസ് ദിസ് ഡ്രസ്സ്.’’

അത് സാരിയാണെന്നും ഇന്ത്യൻ വേഷമാണെന്നും അവൾ പറഞ്ഞപ്പോൾ അവൻ അതേക്കുറിച്ചു മൊബൈലിൽ സെർച്ച് ചെയ്തു വായിച്ചുകൊണ്ടു അവളെ നോക്കിച്ചിരിച്ചു. അവളും ചിരിച്ചുകൊണ്ട് പറഞ്ഞു.

‘‘ഐ വിൽ ആൾസോ വെയർ ദിസ് ഫോർ മൈ ബ്രദർസ് വെഡിങ് ഡേ.’’

സീറ്റ് ബെൽറ്റ് ഇട്ടശേഷം അവർ രണ്ടുപേരും കൈകൾ കോർത്ത് ചേർന്നിരുന്നു. വിമാനം ടേക്ക്ഓഫ് ചെയ്യുന്നു എന്നും മറ്റും പൈലറ്റ് പറയുമ്പോഴും അവൾ ആലോചിച്ചുകൊണ്ടേയിരുന്നു.

സിമ്രാൻ ഡൽഹിയിലിറങ്ങി അവിടെ താമസിക്കുകയാവുമോ, അതോ മറ്റേതെങ്കിലും സംസ്ഥാനത്തേക്കു വേറെ വിമാനം കയറുമോ... അതോ കേരളത്തിലേക്കാവുമോ... എന്നിങ്ങനെ...

■